A COLLECTION OF PROVERBS

IN

TAMIL,

WITH

THEIR TRANSLATION

IN

ENGLISH

A COLLECTION OF PROVERBS

IN

TAMIL,

WITH

THEIR TRANSLATION

IN

ENGLISH.

BY

P. PERCIVAL

GYAN

Published by

Gyan Publishing House
5, Ansari Road
Daryaganj, New Delhi-110002
Phone: 011-47034999, 9811692060
E-mail: books@gyanbooks.com

Distribution Network
gyanbooks.com
India, USA, Canada, UK, Australia

ISBN: 978-93-6280-686-4 (PB)
First Published, 1843

2nd Impression 2024

Printed at: Gyan Press, Delhi.

A COLLECTION OF PROVERBS IN TAMIL, WITH THEIR TRANSLATION IN ENGLISH
Author: P. PERCIVAL

திருட்டாந்த சங்கிரகம்,

திருட்டாந்த சங்கிரகம்,

OR

A COLLECTION OF PROVERBS

IN

TAMIL,

WITH

THEIR TRANSLATION

IN

ENGLISH.

BY

P. PERCIVAL.

PUBLISHED BY THE JAFFNA BOOK SOCIETY.

American Mission Press,—Jaffna.
1843.

ADVERTISEMENT.

It is hoped that the following collection of Tamil Proverbs may be useful to those who are in any way connected with the interesting people who speak that language. Examples of concise and forcible expression are hereby furnished, which may tend to aid in the study of the language, and occasional allusions to national, social, and religious usages may suggest heads of valuable enquiry, whilst the modes of thinking,—the natural shrewdness and other features of the Hindu mind will be seen through this medium. It is presumed that the translation generally conveys the sense of the original, although not always with that force, nor with the elegance which might be desired. Should it be called for, a future edition may remedy some of the existing faults, and also supply the deficiencies, both as to the character of the translation and the number of the examples.

JAFFNA, *Christmas*, 1842.

திருட்டாந்தசங்கிரகம்,

OR

A COLLECTION OF PROVERBS.

---

1. அளவிற்குமிஞ்சினாலமுதமுநஞ்சு.

If taken to excess even nectar is poison.

---

2. அணிலேறவிட்ட நாய் பார்ப்பதுபோல.

As the dog looks up at the squirrel that has escaped him.

---

3. அடாதுசெய்தவர் படாதுபடுவர்.

They who do what is wrong, will suffer what they might have avoided.

---

4. அல்லக்காட்டுநரி பல்லைக்காட்டுவதுபோல.

Showing the teeth as the jackal from the ginger wilds.

---

5. அரசனன்றறுக்குந் தெய்வநின்றறுக்கும்.

The king administers instant punishment, but God delays his judgment.

---

6. அப்பமென்றாற் பிட்டுக்காட்டவேண்டுமா?

If really bread, is it necessary to break it in order to prove it such? Or, shall we break the loaf to show that it is bread?

---

7. அப்பாவென்றாலுச்சிகுளிருமா?

Will the exclamation my father!—cool the crown of the head? or, Will words of commiseration cool the head?

---

8. அரிசியுண்டானால் வரிசையுண்டாம்.

Where there is rice there is honour.

---

9. அன்னநடைநடக்கப் போய்க் காகந் தன்னடையுங் கெட்டதுபோல.

The crow imitating the gait of the swan lost even his own.

---

10. அற்பருக்குப் பவுஷுவந்தால் அத்தராத்திரியிற் குடைப்பிடிக்க வேண்டும்.

When persons of low rank are elevated, the umbrella must be borne even at midnight.

---

11. அரைக்காசுக்கழிந்தகற்பு ஆயிரம் பொன் கொடுத்தாலுங் கிடையாது.

Chastity forfeited for half a cash cannot be retrieved by thousands of gold.

---

12. அட்டையையெடுத்து மெத்தையில் வைத்தாலுஞ் சே
றறையைச் சேற்றையைநாடும்.

Though the woodlouse be placed on a cushion it will again seek the dunghill.

---

13. அழுதும்பிள்ளை அவளேபெறவேண்டும்.

Though she weep with the pain of parturition she herself must bring forth.

---

14. அரைச்சல்லியை வைத்தெருக்கலையைக் கடந்தது
போல.

As one jumped over the shrub under which he had buried half a farthing.

---

15. அறியாமற்றாடியை வளர்த்தம்பட்டன்கையிற் கொ
டுக்கவோ?

In ignorance that it would fall into the hands of the barber, have I allowed my beard to grow?

---

16. அத்தத்தின் மிடுக்கல்லோ அம்பட்டன்பெண் கேட்
டது.

Is it not from the abundance of his wealth that the barber solicits in marriage the daughter of a nobleman?

---

17. அறுக்கமாட்டாதவன்றுணடியிலைம்பத்தெட்டரிவாள்.

Fifty eight sickles by the side of one who cannot reap.

---

18. அறப்படித்தவராங்காடி போனால் விற்கவுமாட்டார் கொள்ளவுமாட்டார்.

When the over-scrupulous go to market, they neither buy nor sell.

---

19. அழுவாரழுவாரெல்லாந் தங்கரைச்சல் திருவன்பெ ண்டிலுக்கழுவாரில்லை.

None weeps for Tiruvan's wife, but all on account of their individual sorrows.

---

20. அணிலின் பிள்ளைக்கு நுங்கரிதோ ஆண்டிச்சிபிள் ளைக்குச் சோறரிதோ!

Is there scarcity of the pulp of the young palmyra fruit to the young squirrel, or of rice to the child of the mendicant woman.

---

21. அடிநாக்கிலேநஞ்சும் நுனிநாக்கிலேயமுதும்.

Ambrosia at the tip of the tongue, but poison at the root.

---

22. அயிரையுஞ் சற்றேயருக்குமாம் பிட்டுக்குட்போட்டு ப்பிசறமல்.

The sprat not having been mixed with the rice cake in due time, now refuses.

---

23. அகப்பைபிடிக்கிறவன் தன்னாளானால் அடிப்பந்தி யென்ன தலைப்பந்தியென்ன!

If the waiter be one's own servant, what matters it whether one sit first or last at the feast?

---

24 அகதிபெறுவதும்பெண்பிள்ளையதுவும்வெள்ளிபூராடம்.

A female child is born to the destitute on the friday, and under the star Puradum.

---

25. அறப்படித்தவர்கூழ்ப்பானையில்விழுந்தார்.

The scrupulous has fallen into the pan of gruel: or, The erudite has fallen into the pan of broth.

---

26. அவதந்தரந் தனக்கந்தரம்.

His evil stratagem ended in his own ruin.

---

27. அத்திக்காயைப் பிட்டுப்பார்த்தாலங்கும் பொள்ளலிங்கும்பொள்ளல்.

The broken fig is every where porous.

---

28. அஞ்சினவன் கண்ணுக்காகாயமெல்லாம் பேய்.

To the timorous the atmosphere is filled with demons.

---

29. அகப்பட்டுக் கொள்வேனென்றேகள்ளன்களவெடுக்கிறது!

Does the thief, when going to plunder, expect to be caught?

---

30. அரிசி கொடுத்துண்கிலக்காள்வீட்டிலுண்கவேண்டுமோ!

When one furnishes his own rice is it needful that he eat it in the house of his eldest sister?

---

31. அழுக்குச்சீலைக்குள்ளே மாணிக்கம்.

A cornelian in a dirty cloth.

---

32. அரசனைநம்பிப்புருஷனையிழந்தேன்.

By confiding in the king I lost my husband.

---

33. அப்பச்சிகதம்பையைச் சூப்பப்பிள்ளைமுற்றினதே ங்காய்க்கழுகிறது.

While the father sucks the rind of the cocoa-nut, the child is crying for the pulp.

---

34. அரிசியள்ளினகாகம்போல.

Like a crow that has taken away rice.

---

35. அல்லாதவன்வாயிலேகள்ளைவார்.

Pour toddy into the mouth of the worthless.

---

36. அம்மா கள்ளீரே, ஆடையைத்தின்றல் வெண்ணெ யுண்டோ!

You worthless woman, is butter to be taken after the cream is eaten?

---

37. அறுப்புக்காலத்தில் எலிக்கு நாலுபெண்சாதி.

During harvest the rat has four wives.

---

38. அண்ணன்கொம்பும்பம்பளவிழாச்சு.

Even my brother's horn is still imaginary.

---

39. அறக்கூர்மை மழுமொட்டை.

Excessive sharpness is as bluntness.

---

40. அண்டத்தைக் கையிலே வைத்தாட்டுவானுக்குச் சு
ண்டைக் காய்மெத்தப் பாரமா?

Is the chunde fruit burdensome to him who sustains the globe in his hand?

---

41. அண்டத்திலில்லாதது பிண்டத்திலேயோ?

Is that in the body which does not exist in the universe?

---

42. அரிசியுழக்கானாலும் அடுப்புமூன்று.

Though only an eighth of a measure of rice, yet three cooking hearths.

---

43. அப்பஞ்சுட்டது திட்டையிலே அவலிடித்ததுசட்டியி
லே.

The bread is baked in the mortar, and the rice is beaten in the chatty.

---

44. ஐயருள்ள காலமறுதகொண்டு சூறையாடினது இ
ப்போகண்டருளக்கண்டருள.

During the life time of Ayar they purloined with ease, but now behold.

---

45. அம்மையார் நூற்கிறநூல் கிழவனுடைய அரைஞா
ணுக்குக்காணாது.

The yarn spun by the old woman is not sufficient for the waist string of the old man.

---

46. அச்சையிலே போனாலும் அகப்பையரைக்காசு.

Though a wooden spoon were conveyed to Acheen, its price is only half a farthing.

---

47. அல்லைக்கிழங்கிலடிமுறிதின்றவன்கல்லையுங்கல்லுவான்.

He who has eaten the point of the root of the alley will even dig up stones to obtain it.

---

48. அப்பச்சி கோவணத்தைப் பருந்துகொண்டுபோகிறது பிள்ளைவீரவாளிப்பட்டுக்கழுகிறது.

The kite has carried away the last rag of the father, and yet the child cries to be dressed in silk.

---

49. அணையைக்கடந்தவெள்ளம அழுதாலும்வருமா?

Will the flood that has burst the dam return if one cry after it?

---

50. அடிநொச்சி நுனியாமணக்கா?

Is the root noche and the top the castor plant?

---

51. அவனுனக்குக் கத்திதீட்டுகிறான்.

He whets a knife for you.

---

52. அவனுடையசிறகு முறிந்துபோயிற்று.

His wings are broken.

---

53. அறச்செட்டு முழு நட்டம்.

Exorbitant charges produce great loss.

---

54. அறுதலிமகனுக்கங்கமெல்லாஞ்சேட்டை.

The son of a widow is mischievous in all his members.

---

55. அன்னமயமன்றிப் பின்னைமயமில்லை.

There is no physical virtue except in food.

---

56. அகதியைப்பிடித்துப் பகுதிகேட்கிறது.

Seizing the destitute and demanding tribute.

---

57. அவனெனக்கட்டமத்துச்சனி.

He is to me Saturn in the eighth sign.

---

58. அஸ்திமசகாந்தரமென்கிறதுபோலேயிருக்கிறது.

It is as if one said the difference is as great as between the elephant and mosquito: or, It is like stating the difference between an elephant and mosquito.

---

59. அஞ்சும் மூன்றுமுண்டானாலறியாப் பெண்ணுங் கறி சமைப்பாள்.

An ignorant girl may make curry out of five and three ingredients.

---

60. அல்லற்பட்டாற்றதழுதகண்ணீர் செல்வத்தைக்கெடுக்கும்.

The tears of unalleviated suffering are destructive of the oppressor.

---

61. அறணையலகு திறவாது.

The lizard opens not his mouth.

---

62. அல்லவைதேயவறம்பெருகும்.

As depravity wears away, virtue increases.

---

63. அவப்பொழுதிற்றவப்பொழுது.

Penance is preferable to indolence.

---

64. அவன்காலால்முடிந்ததைக்கையாலவிழ்க்கக்கூடாது.

What he tied with his feet another cannot loose with his hands.

---

65. அவன்காலாற்கீறினதை நானுவாலழிக்கிறேன்.

His foot-marks I efface with my tongue.

---

66. அவன்சிறகில்லாப்பறவை.

He is a bird without wings.

---

67. அடிக்குமொருகையணைக்குமொருகை.

One hand smites and the other embraces.

---

68. அடைப்பைப்பிடுங்கினவனைப்பாம்புகடிக்கும்.

A serpent will bite him who destroys another's fence.

---

69. அவாந்தரத்திலேஅக்கினிபற்றுகிறது.

To kindle a fire in mid-air.

---

70. அன்றுகண்டமேனிக்கழிவில்லை.

His body has suffered no decay since he was seen the other day.

---

71. அவன்மிதித்தவிடத்திற்புல்லுஞ்சாவாது.

Even the grass will not die beneath his foot-steps.

---

72. அவன் மிதித்தவிடம்பற்றியெரிந்துபோம்.

The ground he treads upon will ignite and be consumed.

---

73. அடியாதநாடு படியாது.

Subordination in a state is the result of discipline.

---

74. அஞ்சுகாசுபெறக் குதிரையும்வேணும் ஆற்றைக்கடக்கப்பாயவும்வேணும்.

A horse is wanted for five cash, and he must be able to leap over the river.

---

75. அகதிதலையிலேபொழுதுவிடிகிறது.

The sun rises on the head of the indigent.

---

76. அவலைநினைத்துரலையிடிக்கிறது.

To beat the empty mortar thinking of the flattened rice.

---

77. அழுதகண்ணுஞ் சிந்தியமூக்கும்.

A tearful eye and a running nose.

---

78. அன்னமிட்டவீட்டிற் கன்னமிடலாமோ?

Is it right to break into the house whence our food was obtained?

---

79. அகலநின்றாற் பகைஞருமுறவு.

If distant, even enemies are as friends.

---

80. அருகாகப்பழுத்தாலும் விளாமரத்தில் வௌவால் வராது.

However near the tree of ripe stone-apples may be, the flying fox will not alight on it.

---

81. அன்னம் முட்டானாலெல்லாம் முட்டு.

Where food is scarce all is scarce.

---

82. அற்பசிக்குங் கார்த்திகைக்கும் மழையில்லாவிட்டால் அண்ணனுக்குஞ் சரி தம்பிக்குஞ் சரி.

If no rain falls in October and November the elder and younger brother are on an equality.

---

83. அப்பனருமை அப்பன் மாண்டாற்றெரியும். உப்பி லருமை உப்புச் சமைந்தாற்றெரியும்.

The excellency of the father is estimated after his decease, the value of the salt is discovered after it is expended.

---

84. அரவுக்கில்லைச் சிறுமையும் பெருமையும்.

The mere size of the snake is not a matter of consideration.

---

85. அவிளென்ன செய்யும் அஞ்சு குணஞ் செய்யும். பொருளென்ன செய்யும் ஊரை வசஞ்செய்யும்.

What will rice effect? It will awake the five senses. What will wealth effect? It will subordinate the surrounding country.

---

86. அடிச் சட்டிக்குள்ளே கரணம்போடலாமா?

Can one make a summerset in the bottom of a chatty?

---

87. அபசாரியாடுகிறது குலத்துக்கீனம்.

Female licentiousness is a disgrace to her family.

---

88. அகதிக்காகாயந் துணை.

To the destitute the air is a help; or, The aic is the refuge of the destitute.

---

89. அடியைப் போலே அண்ணன்றம்பியுதவார்.

Neither the elder nor younger brother can effect so much as the rod.

---

90. அவசரக்காரனுக்குப் புத்தி மத்திமம்.

He who is in a hurry is deficient in sense.

---

91. அற்பவாசை கோடி தவத்தைக் கெடுக்கும்.

The least desire vitiates a myriad of penances.

---

92. அரிசிப் பொதியுடனே திருவாரூர்.

To go to Tiruvarore with a sack of rice.

---

93. அடியும்பட்டுப் புளித்த மாங்காயுந் தின்ன வேண்டுமோ?

Is it necessary both to be punished and to eat sour mangoes?

---

94. அரிவாட்சூட்டைப்போலக் காச்சல் மாற்றவோ?

Can fever be cured as a hot sickle is cooled?

---

95. அங்கே தப்பியிங்கே தப்பி அகப்பட்டுக்கொண் டான் தும்மட்டிப்பட்டன்.

Tumattipattan escaped here and there but was caught at length.

---

96. அடிமேலடியடித்தால் அம்மியுநகரும்.

Even the grind stones will be affected under repeated strokes.

97. அழுக்கையழுக்குக்கொல்லும் இழுக்கையிழுக்குவெல்லும்.

Impurity destroys impurity, and ignominy overcomes ignominy.

98. அடியற்ற மரம் போல.

Like a tree without root.

99. அந்தூது நெல்லானேன்.

I am become as paddy eaten by insects.

100. அமுதமுண்கிற நாவினாலே விடமுண்பாரோ!

Will he eat poison with the tongue with which he ate ambrosia?

101. அரசனில்லாப் படைவெட்டு.

The battle of an army having no chief.

102. அடை மழைக்குள்ளோர் ஆட்டுக்குட்டி செத்தது போல.

As a lamb that died during continued rain.

103. அப்பு சாவ மகன் கப்புப் பிடிக்கிறது.

The son seizing the pillar as his father dies.

104. அங்கத்தைக்கொண்டுபோய் ஆற்றிற் சேர்க்கவொண்ணாது.

It is not fit that we should put our body into the river.

---

105. அடங்காப் பாம்பிற்கிராசா மூங்கிற்றடி.

The bamboo is king to the untamed serpent.

---

106. அறமுறுக்குக் கொடும்புரிக்கொண்டற்றுவிடும்.

By severe twisting the rope breaks.

---

107. அடிக்கவடிக்கப் பந்து விசைகொள்ளும்.

The ball rebounds in proportion as it is beaten.

---

108. அந்தரத்திற் கோலெறிந்தவந்தகன் போலே.

As the blind who threw away his stick.

---

109. அறுபது நாளைக்கெழுபது கந்தை.

Seventy rags for sixty days.

---

110. அநக்காணி நாய்ச்சியார் குரங்குப் பிள்ளைப் பெற்றவாம்.

It is said that the delicate lady has brought forth a young monkey.

---

111. ஆனையேறித் திட்டிவாயினுழைவாரா!

Will one enter through a small door-way on the back of an elephant?

112. ஆறு நீந்தின எனக்குக் குளநீந்துவதரிதோ!

Is it difficult for me to swim a tank who have swum a river?

---

113. ஆறின கஞ்சி பழங்கஞ்சி.

Cold gruel is old gruel.

---

114. ஆனைக்கில்லைக் கானலும் மழையும்.

The elephant regards neither sun-shine nor rain.

---

115. ஆல் பழுத்தாலங்கே அரசு பழுத்தாலிங்கே.

When the banian bears, there, and when the figtree bears, here.

---

116. ஆசைப்பட்ட காரியமூசிப்போயிற்று.

The thing once desired is abhorred.

---

117. ஆடிமாவெட்டையிலுநெல்விலையாகவில்லை.

Even in the heat of July paddy has no sale.

---

118. ஆடியகாலே பாடிய மிடறே.

The foot accustomed to dancing and the throat accustomed to singing.

---

119. ஆறிய புண்ணிலுமசறு நிற்கும்.

There is a scab on the wound that is healed.

120. ஆசையுமண்டாதால் அழுகையுமண்டாது.

Where there is no desire there is no grief.

---

121. ஆயிரக்கல நெல்லுக்கோரந்துப் பூச்சியாய்த்தோ ன்றினையே.

You are born as the insect to destroy a thousand bushels of grain.

---

122. ஆயிரம் வயது சென்று செத்தாலும் அந்தச் சாவு.

Though it does not occur before a thousand years are attained, death is regarded as an untimely event.

---

123. ஆகக்குழைப்பேன் அரிசியாயிறக்குவேன்.

I will either overboil the rice or take it off unboiled.

---

124. ஆங்காலமபசாரியாடிச் சாங்காலஞ் சங்கரா சங்கராவென்கிறது.

To cry sangara sangara after playing the harlot through life.

---

125. அணிக்கிணங்கிய பொன்னும் மாமிக்கிணங்கிய பெண்ணுமருமை.

Gold agreeing with the assayer's test and a woman agreeable to the mother-in-law are scarce.

---

126. ஆசையுள்ளவளவும் அலைச்சலுமுண்டு.

One of excessive desires is ever perturbed.

127. ஆடிற்று கூத்து அமர்ந்ததொரு நாழிகையில்.

Dancing was begun and it ended in an hour.

---

128. ஆயிரம் பனையுள்ளவப்பனுக்குப் பிறந்து பல்லு
க் குத்தவீர்க்கில்லை.

He whose father possesses a thousand palmira trees has not a fiber to pick his teeth.

---

129. ஆலையில்லாவூருக்கிருப்பைப் பூ சருக்கரை.

The flower of the olive tree is esteemed sugar where there is no sugar mill.

---

130. ஆள் மெத்தக் கூடினால் மீன் மெத்தப் பிடிக்கலா
ம்.

The quantity of fish caught will be in proportion to the fishermen.

---

131. அளையாளறிய வேணும் மீனைப் புளியங்காயறி
ய வேணும்.

To know his fellow one must partake his qualities, to know the quality of fish it must be seasoned with tamarind juice.

---

132. அளொரு தட்டுக்குட்டவடியென்றலை மிடாப்போ
லே.

By being buffetted by every one my head has become as large as a caldron.

---

133. ஆக்கப் பொறுக்க நேரமுண்டாறப் பொறுக்க நே ரமில்லையோ!

If there be time to wait while it is cooked, is there no time to wait while it cools?

---

134. அத்தைபடுகிற பாடடுக்குள்ளே துத்தியன் மொணை ணிக்கழுகிறன்.

Whilst the mother endures tormenting affliction the adult son cries for the breast.

---

135. ஆனையைக்குத்தி சுளகாலே மூடுகிறது.

To cover the elephant one has killed with the hand—winnowing fan.

---

136. ஆடுவதுமாடிப் பாகற்காயும் பறித்தாயிற்று.

The dancing is over and the pakal fruit is plucked.

---

137. ஆளினந்தலை கண்டாற் றோணி மிதக்கப்பாயும்.

When the dhoney finds her pilot unskillful she pitches.

---

138. ஆடுகாற்பணம் வால் முக்காற்பணம்.

The price of the sheep is a quarter of a fanam and the price of the tail is three quarters.

---

139. ஆனை கொடுத்துத் தோட்டிக்குப் பிணக்கா!

When the elephant is given shall a dispute ensue about the goad?

140. ஆய்ந்தோய்ந்து பாராதான் காரியந் தான் சாவக் கடவது.

Let the thing entered upon without consideration and pursued without due caution end in death.

---

141. ஆராநுக்கு நானுதவேனுகாவுடம்பையும் புண்ணையுங்கொண்டு.

Being deformed and ulcerated for whom shall I be fit?

---

142. ஆடு கொழுத்தாலிடையனுக்கிலாபம்.

If the sheep grow fat it is advantageous to the shepherd.

---

143. ஆழமறியாமற் காலையிடாதே.

If ignorant of the depth do not put forth your feet.

---

144. ஆறுவடியச்சே கொல்லும் பஞ்சந் தெளியச்சே கொல்லும்.

The river kills when its flood subsides, famine destroys when it ceases.

---

145. ஆனைதழுவிய கையாலே ஆடு தழுவுகிறதோ!

Does the hand that has caressed the elephant caress the sheep?

---

146. ஆண்பிள்ளைகளெல்லாருமடுப்பூதித்தின்ற பஞ்சம் பெண்டுகளெல்லாரும் பிறக்கோடி காத்தபஞ்சம்.

A famine in which the men cook their own food whilst the women are waiting outside.

147. ஆர் குத்தியுமரிசியானாலே சரி.

No matter who pounds it if it be rice.

148. ஆண்டி மகனாண்டியானால் நேரமறிந்து சங்கூதுவான்.

If he be really the son of a mendicant he will blow the chank at the proper time.

149. ஆளானவாட்களுக்கவிழ்ப்படாக் காலத்திலே காகாபசாசு கஞ்சிக்கழுகிறது.

The raven demon cries for canchy when the opulent cannot obtain even rice.

150. ஆண்டி தண்டியைத் தட்டினாற் பறப்பது சாம்பல்.

If the bottom of the mendicant be struck nothing but dust flies.

151. ஆனைவிழுந்தாற்கொம்பு புலிவிழுந்தாற்றண்டை.

When an elephant dies his tusk is left, and when a tiger dies his tail is left.

152. ஆகுங் காலமாகும், போகுங்காலம்போகும்.

It will happen in its time. It will go in its time.

153. ஆடுகொண்டவராடித்திரிவர், கோழிகொண்டவர் கூவித்திரிவர்.

They who have bought sheep will wander about, and they who have bought fowls will go about cackling.

154. ஆட்டுக்கு தீர்ந்தது குட்டிக்கு.

The lamb shears the fate of its dam.

---

155. ஆனை மேயுங் காட்டில் ஆட்டுக்குட்டி மேயவிடமி
ல்லையா!

In the pasturage of the elephant is there not room for a lamb?

---

156. ஆமையுடனே முயல் முட்டையிடப்போய்க் கண்பி
துங்கிச் செத்தது

The hare in its attempt to lay eggs as the tortoise, strained its eyes out and died.

---

157. ஆனையுமானையும் முதுகுரிஞ்ச நடுவேயிருந்த கொ
சுகனுக்கு வந்தது சேதம்.

The destruction that happened to the eye-fly when the two elephants rubbed their sides together.

---

158. ஆனைபடுத்தாலுங் குதிரையினுயரம் வாராதா!

Even when lying down is not the elephant as high as the horse?

---

159. ஆனைக்கொரு காலம் வந்தாற் பூனைக்கொரு கால
ம் வாராதா!

Will not good fortune happen to the cat as well as to the elephant?

---

160. ஆட்டுவெண்ணெய் ஆட்டு முழைக்குக் காணாது.

The butter yielded by a ewe is not enough for the churning-staff.

---

161. ஆமை பிடிப்பார் மல்லாத்துவார் நாமது சொல்லப் பாவம்.

They will catch the turtle and they will turn it on its back, but it is a sin for me to say so.

---

162. ஆறுகொண்டது பாதி தூறுகொண்டது பாதி.

One half is flooded and the other half is desert.

---

163. ஆனை கட்டிய தாள் வான முட்டிய போர்.

The stalk is thick enough to tie an elephant to and the heap as high as heaven.

---

164. ஆராத்தாள் செத்ததும் விடிந்தாற்றெரியும்.

After day-break it will appear whose mother is dead.

---

165. ஆடிக்கருவழிந்தால் மழை குறைந்துபோம்.

If the embryo clouds of July fail there will be little rain.

---

166. ஆயிரம் பேரைக் கொன்றவனரைப்பரிகாரி.

He who has killed a thousand persons is half a physician.

167. ஆண்டிகள் மடங்கட்டுகிறது போலே.
As mendicants build choultries.

---

168. ஆனையுமறுகம் புல்லிலே தடக்கும்.
Even an elephant stumbles in the grass.

---

169. ஆனை கேட்ட வாயால் ஆட்டுக்குட்டி கேட்கிறதா?
Is it consistent for the mouth that has asked an elephant, afterwards to ask a kid?

---

170. ஆனையாயிரம் பெற்றாலடியுமாயிரம் பெறுமோ?
If the elephant be worth a thousand will the mark of his foot be worth so much?

---

171. ஆடு நினைத்தவிடத்தோ பட்டிபோடுகிறது?
Is the fold to be placed where the sheep may wish?

---

172. ஆகுங் காயைப் பிஞ்சிலே தெரியும்.
The future fruit may be known before it is ripe.

---

173. ஆனதல்லாமலாவதுமறிவாரோ?
Do they know the future as well as the past?

---

174. ஆளில்லாத்துக்கமழுதாலுந் தீராது.
Though one weep for the absent his grief will not be assuaged.

175. ஆலைக் கரும்பு போலே.

As the sugar-cane in the pres

---

176. ஆகாசமட்டுமளக்கும் இருப்புத்தூணைச் செல்லரிக்குமா!

Can the white ant eat the iron pillar which is as high as the heavens?

---

177. ஆனையிருந்து அரசாண்டவிடத்தே பூனையிருந்து புலம்புகிறது.

The cat sits lamenting where an elephant swayed the sceptre.

---

178. ஆயிர நட்சத்திரம் ஒரு சந்திரனுக்குச் சரியா?

Are a thousand stars equal to one moon?

---

179. இரக்கப் போனாலுஞ் சிறக்கப்போ.

Though you are going a begging go decently attired.

---

180. இருந்த கால் மூதேவி நடந்தகால் சீதேவி.

A sluggish foot is the goddess of Poverty, an active foot is the goddess of Fortune.

---

181. இரும்பைக் கறையானரித்தாற் பிள்ளையைப் பருந்து கொண்டுபோகாதோ?

If the white ants could eat iron, would not the kite carry off the child?

182. இருக்கிறவன் செம்மையாயிருந்தாற் சிரைக்கிறவன் செம்மையாய்ச் சிரைப்பான்.

If he who is being shaved sit right, the barber will shave well.

---

183. இடங்கண்டால்விடுவானோ யாழ்ப்பாணத்தான்?

With the chances of success in view, will the Ceylonese relinquish his object?

---

184. இருப்பானுக்குப் பணமுங் கிடையாது உழைப்பானுக்குப் பெண்ணுங்கிடையாது.

The honest has no credit, and the industrious obtains no wife.

---

185. இறைச்சி தின்கிறேமென்று என்பையுங்கோத்துக் கட்டலாமா?

Shall I who eat flesh, wear a neck-lace of bones?

---

186. இல்லாதது பிறவாது அள்ளாதது குறையாது.

That which has no existence will not be reported, and that which is not taken from will not decrease.

---

187. இளைதுனுலுமாவோன் மூப்பு.

Though he is the youngest, he will act as the elder.

---

188. இடுவாரிடுவதையுங் கெடுவார் கெடுக்கிறது.

The wicked counteract the deeds of the benevolent.

189. இருந்தவனெழும்பமுன் நடந்தவன் காதவழி.

Ere he who was seated rose, the man on his feet went ten miles.

---

190. இலவம்பழத்தைக் காத்த கிளிபோலாயிற்று.

It has happened to me as to the parrot that waited the ripening of the pod of cotton.

---

191. இருந்தாற் பூனைபோல நடந்தாற் புலிப்போல.

He sits as a cat, but leaps as a tiger.

---

192. இடையன்வெட்டிய மரம்போல.

Like a tree that has been cropped by a herdsman.

---

193. இளகினவிரும்பைக் கண்டாற் கொல்லன் தண்டியை மிதத்தியடிப்பான்.

The smith elevating himself will beat the soft iron.

---

194. இருதலைக்கொள்ளியில் எறும்பு போல.

Like an ant on a fire-stick ignited at both ends.

---

195. இடாருக்குளகப்பட்டவெலிபோல.

Like a rat caught in a trap.

---

196. இருப்பாப்புக்கசையாத புளியங்காய் திருப்பாட்டுக்கசையுமா!

Will the tamarind fruit that has resisted the iron hook shake at the sacred song?

---

197. இருப்புச் சலாகைவிழுங்கிப்போட்டிஞ்சிச்சாறு குடித்தாற்றீருமா!

Will a draught of the solution of ginger digest the slab of iron one has swallowed?

---

198. இன்றைக்கென்னேடி சட்டிநிரம்ப இன்றாடியேடா குருட்டோளிமகனே.

Why woman! Is the pot full to-day? It is the first of July, thou son of a blind woman.

---

199. இழுவைகண்டாலடிப்பார்க்கவேண்டுமோ!

When the track in which it was dragged is plain, would you look for foot-steps?

---

200. இரப்பானுக்கு வெண்சோறு பஞ்சமா!

Is white rice scarce to the mendicant?

---

201. இடதுகைக்கு வலதுகைதுணை, வலதுகைக்கிடது கை துணை.

The right hand is a help to the left, and the left to the right.

---

202. இறங்கச்சே நீச்சானுலேறுகிறதெப்படி!

If on entering you are obliged to swim how will you reach the opposite shore?

203. இலையும் பழுப்புமெங்குமுண்டு.

New and withered leaves are every where to be found.

---

204. இல்லாதவன்பெண்சாதி எல்லாருக்குந்தோழியா?

Is the wife of the indigent common to every one?

---

205. இராசகிரியைக் காவுகிறதுபோலே.

As the royal mangose is borne by others.

---

206. இராசனேறிய குதிரைபோலே.

Like the horse ridden by the Emperor.

---

207. இடுகிற தெய்வம் எங்குமிடும்.

The beneficent deity is every where beneficent.

---

208. இம்மியனை நுண்பொருளீட்டிக்கம்மியரூர்வர்களிறு.

By amassing wealth in the least conceivable degree, the artizans ride on the elephant.

---

209. இறைச்சி தின்கிறவர் கடுப்புக்கு மருந்தறிவார்.

One who eats flesh knows the medicine for the belly ache.

---

210. இறைத்தகிணறூறும், இறையாக்கிணறூறாது.

The spring will be good if the well be used, and indifferent if not used.

211. இரண்டு தோணிக்குக் கால் வைக்கிறது.

Like standing upon two boats.

---

212. இஞ்சிதின்ற குரங்கு.

The ape that has eaten ginger.

---

213. இனம்பிரிந்த மான்போலே.

Like a deer that has strayed from the herd.

---

214. இராப்பட்டினி கிடந்தவன் உரித்த வாழைப்பழம் விற்கிறதோவென்று விசாரித்தானாம்.

It is said that he who went to sleep over night fasting inquired on awaking where peeled plantains were to be sold.

---

215. இளங்கன்று பயமறியாது.

The young calf knows no fear.

---

216. இந்தவடிக்கேந்தநாய் பீச்சாது!

What dog will not stool under such a blow?

---

217. உதர நிமித்தம் வெகுகிருதவேடம்.

Various forms assumed for the sake of the belly.

---

218. உங்களுறவில் வேகுதலில் ஒருகட்டை விறகில் வெந்தாலென்ன!

What if I should prefer to be consumed by a faggot, rather than by your friendship?

219. உறியறவும் மூழிநாய் வரவும்.

The swinging tray falls, and the cropped dog comes at the same moment.

---

220. உடையவனிற் கைப்பற்றினவன் மிடுக்கன்.

The possessor is stronger than the owner.

---

221. உடையார்வீட்டில் நாய் மட்டைப்பரணிலேறினது போல.

Like the dog of the chief that ascended into the loft.

---

222. உண்ணாச்சோம் மண்ணாய்ப்போம்.

Property not used goes to ruin,

---

223. உடாப்புடைவை வண்டுதும்.

Apparel not worn is consumed by the moths.

---

224. உள்வீட்டிற்கடனும் உள்ளங்கையிற் சிரங்கும்.

Debt contracted in one's own habitation, and itch on the palm of the hand are alike bad.

---

225. உட்சுவரிருக்கப் புறச்சுவர் தீற்றுகிறது.

Beautifying the outside of the wall while the inside is neglected.

---

226. உடையவனில்லாச்சோம் ஒரு முழங்கட்டை.

The owner not being present the goods diminished a cubit.

---

227. உகமுடிய மழைபெய்தாலுமோட்டாங்கிளிஞ்சில் ப
யிராதுமா!

Though it should rain till the end of the world potsherds will yield no herbs.

---

228. உள்ளத்தையுங் கெடுத்தான் கொள்ளிக்கண்ண
ன்.

He whose eyes are fire-brands, destroyed what there was.

---

229. உயரப்பறந்தாலும் ஊர்க்குருவி பருந்தாதுமா?

Though a little bird soar high will it become a kite?

---

230. உயிரோடு முத்தந்தராதவர் செத்தாலுடன் கட்டை
யேறுவாரா?

Will the woman who refuses to kiss the living husband mount the funeral pile with the dead?

---

231. உருக்கமுள்ள சிற்றத்தை யொதுக்கில்வாருங் கட்டி
யழ.

My affectionate aunt come aside and weep with me.

---

232. உழவுமாடானாலூருக்குள்ளே விலைப்படாதா?

If the ox be good for the plough, will it not fetch a price in its own country?

---

233. உடம்புழைந்த கழுதை உப்புக்களத்துக்குப்போயிற்றாம்.

The ass, stiff in body, is said to be gone to the salt-pans.

---

234. உலக்கை தேய்ந்துளிப்பிடியாயிற்று.

The rice pounder is worn as short as a chisel handle.

---

235. உடையார்வீட்டுமோருக்ககப்பைக்கணக்கென்ன?

What matters it to count the butter-milk spoons in the house of the chief?

---

236. உருத்திராட்சப் பூனை உபதேசம் பண்ணிற்றாம்.

The beaded cat gives religious advice it is said.

---

237. உங்கள் பெண்டுகள் கொண்டலடித்தாற் கண்கள் கொள்ளாது.

The eyes are ravished with the dancing of your women.

---

238. உடும்புக்கிரண்டு நாக்குண்டு, மனிதனுக்கிரண்டு நாக்குண்டா!

A guana has two tongues, has man also two?

239. உற்றது சொல்ல அற்றது பொருந்தும்.
Speaking the truth will retrieve the affair.

---

240. உரல்போய் மத்தளத்துக்கு முறையிட்டது.
The mortar goes to complain to the drum.

---

241. உண்டார் மேனி கண்டாற்றெரியும்.
It is evident in the appearance who is well fed.

---

242. உப்புவாணிகனுக்குத் தெரியுமோ கற்பூரவிலை.
Does the salt merchant know the price of camphor?

---

243. உறியிலே தயிரிருக்க ஊரெங்கும்போனாற்போல.
Like going round the country for curds when they may be had on his own shelf.

---

244. உத்தியோகத்துக்குத்தக்க சுகம்.
Circumstances regulate our wants.

---

245. உனக்குங் கீ உன் அப்பனுக்குங் கீ.
Key to thyself, and key to thy father.

---

246. உருசிகண்ட பூனை உறியையுறியைத் தாவுகிறது.
The cat that has tasted sweets jumps on the shelf.

---

247. உடையவன் சொற்படிகமுகடிகளைபறி.

Weed the arakenut-tree according to the owner's directions.

---

248. உதாரிக்குப் பொன் துரும்பு.

The beneficent regard gold as rushes.

---

249. உண்டி சுருங்குதல் பெண்டுக்கழகு.

It becomes a woman to eat little: or, Temperance is an ornament of woman.

---

250. உப்புக்கண்டம்போக்கடித்த பார்ப்பாத்திபோல.

As the brahminee who had lost her salted meat.

---

251. உன்சொல்லுக்குப்புமில்லைப் புளியுமில்லை.

Thy word is neither salt nor acid.

---

252. உள்ளத்தைவிற்று உல்லத்தைக்கொள்ளு.

Sell what you have and buy ulla-fish.

---

253. உள்ளாளுங் கள்ளாளும்.

The inmate is the rogue.

---

254. உறுதீங்குக்குதவாதவனுற்றவனா?

Is he a friend who helps not in adversity?

---

255. உற்சாகங்கொண்டு மச்சைத்தாவுகிறன்.

He leaps to the ceiling with animation.

256. உப்பிட்டவரையுலகமுள்ளளவரைக்குந் நினைக்கும்.

The virtuous will remember the givers of salt whilst they have any being.

---

257. உடையவன் கண்ணோடாப்பயிரழியாதா!

Will not the crop perish if not watched by the owner?

---

258. உரலிலகப்பட்டதுலக்கைக்குத் தப்புமா!

Will that escape the pestle that has been put into the mortar?

---

259. உடம்பேறநனைந்தவருக்குட்கூதலென்ன!

What is internal cold to them who are drenched?

---

260. உழக்கிலே கிழக்கு மேற்கா!

Is the distinction of east and west important in a gill pot.

---

261. உண்ணுங் கீரையிலே நண்ணும்புல்லுருவி.

Moss among vegetables.

---

262. உறவுறவுதான் பறியிலே கைவையாதே.

The friendship is sincere it is true, yet do not put your hand into my sack.

---

263. உருவேறத்திருவேறும்.

Continued repetition of sacred verses advances merit.

---

264. உள்ளங்கையிலஞ்சு கொண்டை முடிக்கிறேன்.

I tie five knots of hair on the palm of my hand.

---

265. உங்களைக் கடலிலே கைகழுவினேன்.

I washed my hands of you in the sea.

---

266. உண்கிற சோற்றிலே நஞ்சு கலக்கிறது.

To mix poison with the rice one is eating.

---

267. உடுத்தபுடைவைதானே பாம்பாய்க்கடிக்கிறது.

The cloth one has put on bites like a serpent.

---

268. உலகிலே கள்ளனுக்கூரார் யாவர்பகை.

The whole community is at enmity with the thief.

---

269. உடம்பெங்குஞ் சுடுகிற தணலை மடியிலே கட்டுகிறையே.

Thou hast placed in thy bosom the embers that warmed the whole body.

---

270. உள்ளக் கருத்தை வள்ளலறியும்.

God knows the sentiments of the heart.

---

271. உள்ளத்தைச் சொல்லவுடம்பெல்லாம்புண்ணா!

Does your whole body become ulcerated because I tell you the truth?

---

272. உளுக்கார்ந்து படுத்துக்கொள்ளவேண்டும்.

Having seated yourself, lie down.

---

273. உன்சமரத்திலே துண்டுபாயாது.

Bullets will not fly in your battles.

---

274. உழுகிறவனிழப்பமானால் எருது மச்சினங்கொண்டாடும்.

The ox treats the weak ploughman as a brother-in-law.

---

275. ஊருக்கெல்லாஞ் சாத்திரஞ்சொல்லுகிறபல்லி கூழிலே விழுந்ததாம்.

It is said that the lizard that is the oracle of the whole village has fallen into the broth.

---

276. ஊத்தைக்த விளங்காய் சேர்ந்ததுபோல.

As the pulp of the stone-apple added to filth.

---

277. ஊரிரண்டுபட்டாற் கூத்தாடிக்குப் பிழைப்பு.

If division prevail in a village it is good for the comedians.

---

278. ஊருக்கெளியவன் பிள்ளையார்கோயிலிலாண்டி.

The poor man of the village is a beggar in the temple of Ganesa.

---

279. ஊணன் கருமமிழந்தான் உலுத்தன் பெண்ணிழந்தான்.

The glutton lost his employment and the miser his wife.

---

280. ஊரிலெளியாரை வண்ணானறிவான், சாதிப்பொன்பூண்டாரைத் தட்டானறிவான்.

The washerman knows the poor of the village and the goldsmith those who wear ornaments of virgin gold.

---

281. ஊரோடுகிலொக்கோடு ஒருவனோடுசிற்கேட்டோடு.

When the whole country runs, run; when only one, enquire before you run.

---

282. ஊரையுலைமூடியால் மூடலாமா?

Can the country be covered with the lid of a rice pot?

---

283. ஊருடையவன் பெண்டிலைப் பிடித்தாலாருடனே சொல்லி முறையிடுகிறது?

If the owner of a country forcibly take the wife from her husband, to whom can he appeal?

---

284. ஊரிலொருத்தன்றோழன் ஆருமற்றுடாரம்.

One friend may be found in a country. She who has no acquaintance is fit for a wife.

285. ஊசிபோலே மிடறுங்கோணியல்போலே வயிறும்.

The throat like a needle, the belly like a bag.

---

286. ஊராரெருமைபால்கறக்கிறது நீயுமூட்டுகிறாய் நானு
மூட்டுகிறேன்.

The buffaloes of the country yield milk, and you and I suck.

---

287. ஊசி பொன்னானாலென்ன பெறும்?

Though the needle were of gold, what would it fetch?

---

288. ஊத்தைபோகக்குளித்தவனுமில்லை, பசிபோகத்தி
ன்றவனுமில்லை.

No one ever washes himself so as never to require it again, nor does any one ever eat so as never to hunger again.

---

289. ஊசிகோக்கிறதற்கூரிற் துளாவாரமேன்.

Why so much ado in the place about threading a needle?

---

290. ஊருக்கொருதேவடியாள் யாருக்கென்றுடுவாள்.

One dancing girl only being in the country, she has to exhibit her art to every one.

---

291. ஊரானுடைமைக்குப் பேயாய்ப் பறந்தால்வருமா!

Though one flies with the swiftness of a demon in order to obtain another's property, will he get it?

292. ஊரோச்சம் விடுபட்டினி.

Distinguished abroad and starved at home.

---

293. ஊழுமுற்சாகமுமொத்துக்கொள்ள வேண்டும்.

Destiny and perseverance must co-operate together.

---

294. ஊருடன் பகைக்கில் வேருடன் கெடும்.

If one hate his country he will be extirpated.

---

295. ஊணற்றபோதே உடலற்றுப்போம்.

When food is exhausted the body wastes.

---

296. ஊணற்றபோதே உறவற்றது.

When there is no food there is no friendship.

---

297. ஊணுக்கு முந்தவேண்டுங்கோளுக்குப் பிந்தவேண்
டும்.

Be first at the feast and last at slander.

---

298. ஊண்பாக்கொழிய வீண்பாக்காகாது.

Betel is not good except after food.

---

299. ஊர்கூடிச் செக்குத்தள்ளவேண்டுமோ!

Is it necessary to assemble the whole country to turn the oilman's press?

---

300. ஊழிபேரினுமுக்கமதுகைவிடேல்.

Do not remit your efforts though the world should end.

---

301. ஊன்றக்கொடுத்ததடியென்னுச்சியையுடைக்கிறது.

The staff I gave for his support breaks my head.

---

302. ஊமையுமூமையுமூக்கைச் சொறிகிறது.

The dumb on meeting scratch the nose.

---

303. ஊருக்கோ பால் வார்த்துண்கிறதுடம்பிற்கோபா
ல் வார்த்துண்கிறது.

Is it on account of others, or for the welfare of the body that rice and milk is eaten?

---

304. ஊமையுமல்லச் செவிடுமல்லவென்றிருக்க வே
ண்டும்.

Be neither dumb nor deaf.

---

305. ஊர்க்குருவிமேலே ராமபாணந்தொடுக்கலாமா!

Why direct Rama's arrow at a small bird?

---

306. ஊசிக்குக்கள்ளனுடனே வருவான்.

He who steals needles may easily effect his purpose.

---

307. என் முதுகிற்றேல் உனக்குச் செருப்பாயிருக்கும்.

The skin of my back is for your feet.

---

308. எருதில்லாதிருந்தாற் பசுப்பத்தினி.

Virtue is found where the occasions of vice are denied.

---

309. எட்டியெட்டிப் பார்ப்பாரும் ஏணிவைத்துப் பா
ர்ப்பாருங் குட்டிச் சுவராலே குனிந்து நின்று பா
ர்ப்பாரும்.

Some peep lifting up the head, some peep standing on a ladder, and others peep leaning over a low wall.

---

310. எளியவனுக்குப் பெண்ணிருக்கிறதிலும் வலியவ
னுக்கடிமையாயிருக்கிறது நலம்.

It is better to be a slave to the wealthy, than the wife of the indigent.

---

311. எறும்பின் கண்ணுக்கு எருமை மூத்திரம் ஏகப்பெ
ருவெள்ளம்.

The urine of the buffalo is a complete deluge to the eye of the ant.

---

312. எல்லாவாட்டோட்டுங் குல்லாவுக்குள்ளே.

The value of the canoe is in the outrigger.

---

313. எண்ணறவெண்ணியெழுத்தற வாசித்தாலும் பெண்மதி பீதின்னும்.

Though well read in literature the counsel of a woman would lead to the eating of ordure.

---

314. எளியாரை வலியார்கேட்டால் வலியாரைத் தெய்வங்கேட்கும்.

If the powerful afflict the powerless, God will afflict them in return.

---

315. எண்சாணுடம்பிற்குச் சிரசே பிரதானம்.

The head is the chief part of the eight-span body.

---

316. எள்ளேன்காய்கிறது எண்ணெய்க்கு எலிப்புழுக்கையேன் கூடக்கிடந்த குற்றத்திற்கு.

Is it not for oil that rape-seed is dried, and is it not on account of its being where it ought not, that the rat dung dries along with it?

---

317. எந்த ஆயுதமுந் தீட்டத்தீட்டக் கூரும்.

The more any instrument is whetted the sharper it becomes.

---

318. எருதுந் தன் புண்ணழற்சி காக்காயுந்தன் பசியழற்சி.

The ox suffers from the smarting of its sores, and the crow that picks them smarts with hunger.

319. எதிர்த்தவனேழையென்றற் கோபஞ் சண்டாளி.

If the antagonist be poor, the opposed will be violently enraged.

320. எய்தவனிருக்கவம்பை நோகிறது போல.

It is like being offended with the arrow, not the archer.

321. எண்ணெய்ச்செலவொழியப் பிள்ளை வளர்த்தியில்லை.

The oil is expended but the child does not grow.

322. எழுதாவிதிக்கு அழுதால் வருமா?

Will weeping produce that which has not been predestined?

323. எல்லாரும் மனிதரா கல்லெல்லாம் மாணிக்கமா?

Are all men, men, or are all stones rubies?

324. எச்சிற்கையாலே காகந் துரத்தாதவன்.

One who won't scare away a crow with his unwashen hand.

325. ஏதாகுதல்பேசினல் அகப்பைச் சூனியம்வைப்பேன்.

If you speak, I will bewitch you with the spoon.

326. எருமையீனுமுன்னர் நெய்விலை கூறுகிறான்.

He publishes the price of the ghee before the buffalo calves.

---

327. எழுதிவழங்காதான் வாழ்க்கை கழுதை புரண்டகளம்.

The affairs of the man who keeps not his personal accounts, are like the place where the ass has rolled itself.

---

328. எலிக்குப்பிராணாவஸ்தைபூனைக்குக்கொண்டாட்டம்.

It is death to the rat, and sport to the cat.

---

329. எலியழுகிறதென்று பூனைவிடுமோ?

Will the cat leave her hold at the cries of the rat?

---

330. எண்ணிச் செய்பவன் செட்டி எண்ணாமற் செய்ப வன் மட்டி.

He who acts with fore-thought is a man of business, but he who acts without it, is an idiot.

---

331. எந்தவாக்குப் போனாலுஞ் சந்தவாக்குப்போகாது.

Whatever changes may take place, the marks of low breeding cannot be obliterated.

---

332. எருமையிருந்தல்லோ பால்கறக்க வேண்டும்.

Are we not to milk where there is a cow?

---

333. எளியவனைக் கண்டு புளியங்காய் பறிக்கிறது.

Seeing the owner of it to be weak and defenceless, plucking the tamarind fruit.

---

334. எருமைச் சாணகம் ஏச்கியத்துக்குதவுமா?

Will the dung of the buffalo be available for a sacrifice?

---

335. எண்ணித்துணிவதுகருமந் துணிந்து பின்னெண்ணுவதிழுக்கு.

To act on due consideration is wise, to act and then consider is disadvantageous.

---

336. எலி பூனைக்குச் சலாம்பண்ணுவது போல.

As the rat did obeisence to the cat.

---

337. எருது பரதேசம்போனது போல.

Like the ox gone astray.

---

338. எரிகிறதீயிலே எண்ணெய்விட்டது போல.

Like pouring oil on the fire.

---

339. எலுமிச்சங்காய்க்குப் புளியேறுகிறதுபோல.

As the lemon gradually acquires its acidity.

---

340. எலும்பு கடிக்கிற நாய் இரும்புகடிக்குமா!

Will the dog that gnaws a bone gnaw iron?

341. எலி அறுக்குந் தூக்கமாட்டாது.
The rat nibbles but carries nothing off.

---

342. எலி வேட்டைக்குத் தவிலடியா?
Must the drum be beaten at the hunting of rats?

---

343. எலி பூனையை வெல்லுமா?
Can the rat overcome the cat?

---

344. எத்தால் வாழலாம் ஒத்தால் வாழலாம்.
How may we prosper? By agreeing together.

---

345. எள்ளுக்குளெண்ணெய் போல.
As the oil in the rapeseed.

---

346. எலிப்பழையானாலுந் தனிப்பழைவேண்டும்.
A separate hole, tho' only the hole of a rat.

---

347. எல்லாமறிந்தவனுமில்லை, ஒன்றுமறியாதவனுமில்லை.
No one knows all things and no one but knows something.

---

348. எண்ணிச் செய் செட்டு எண்ணாமற் செய் வேளாண்மை.
The merchant's business requires forethought the farmer's none.

349. எறும்பு நடக்க நடக்கக் கல்லுங் குழியாகும்.

The continual traversing of ants will wear even a stone.

350. எலித்தலையிற் கோடரி விழுந்தது போல.

As the axe fell on the head of the rat.

351. எடுக்க முன்னங் கழுதை பிறுக்கிட்டதாம்.

The ass brays before it is laden.

352. என்ன சொன்னாலும் என் புத்திவிடுகிறதில்லையென்கிறாள்.

Whatever is said she declares she will not relinquish her own judgment.

353. எங்கே அடித்தாலும் நாய்க்குக் காலிலே முடம்.

No matter where the dog may receive the blow, he shows his lameness in his leg.

354. எந்தப்புற்றிலே எந்தப் பாம்பு இருக்கிறதென்று தெரியும்.

He knows what snake is in any hole.

355. எடுத்த சுமை சுமந்தல்லோ இறக்க வேண்டும்.

The burden must be set down after it has been carried to its destination, must it not?

356. எலிக்குப் பயந்து வீட்டைச் சுட்டாற் போல.

Like burning down one's house for fear of the rats.

---

357. எலிக்குமணியமறுக்கிறது.

It is the business of the rat to nibble.

---

358. எருவுக்குப்போனவன் எலுமிச்சம்பழமெடுத்தது போல.

It is like one taking a lemon who had gone for dung.

---

359. எச்சிலைக் கழுவியுஞ் சுற்றத்திலே வார்.

Though the washing of the hands be all you can do, pour even that out to relatives.

---

360. எரிகிற கொள்ளியிலே எந்தக் கொள்ளி நல்ல கொள்ளி?

Which is the best of the burning fire-brands?

---

361. எட்டியுடனே சேர்ந்த இலவுந் தீப்பட்டது.

The cotton tree is consumed with the poisonous tree.

---

362. எழுந்திருப்பான் காலில்லை.

He can rise, but is without feet.

---

363. எண்சாணுடம்பும் ஒருசாணுடம்பானேன்.

The eight span body is become one span.

---

364. என்குடி கெட்டதுமுன்குடி கெட்டதும் விடிந்தாற் றெரியும்.

Whether my household is destroyed or yours will be known at day-break.

---

365. எல்லாவேலையுஞ் செய்வான் செத்தாற் பிழைக்க மாட்டான்.

He can do every thing, but when dead, he cannot resuscitate himself.

---

366. எட்டிபழுத்தென்ன ஈயாதார் வாழ்ந்தென்ன!

What is the fruitfulness of the poison tree? what is the prosperity of the stingy?

---

367. எருமையிலும் வெள்ளாடு ஏறக்கறக்குமோ!

Can you obtain more milk from the goat than from the buffalo?

---

368 எங்கேபுகை யுண்டோவங்கே யழலுண்டு.

Wherever there is smoke there is fire.

---

369. எருதின்வலி காகமறியுமோ?

Does the crow consider the power of the ox?

---

370. எல்லாருங் கப்பலேறியாயிற்று இனியம்மானுர் கப்பலேறிப் பொற்பட்டங் கட்டப்போகிறுர்.

All who embarked have abandoned the enterprize, now my uncle is embarking to obtain head ornaments.

---

371. எறிகிறது முயலுக்குப் படுகிறதுபற்றைக்கு.

Throwing at a hare and hitting a bush.

---

372. எலுமிச்சைக் கனிக்குப் புளிசேர்க்க வேண்டுமா!

Is it necessary to add acid to the lemon?

---

373. எண்ணியகுடிக்கோரு மின்னியகுடி.

An illustrious family among the eminent.

---

374. எல்லாருக்குஞ் சனியன் தும்புபோலே எனக்குச் சனியனெருமை போலே.

Saturn is as a rush to others, but to me he is like a buffalo.

---

375. எனக்கட்டமத்துச் சனிபிடித்தது.

Saturn has seized me at an inauspicious juncture.

---

376. எருதுமறைவிற் புல்லுத்தின்கிறயா?

Dost thou eat grass concealed by an ox?

---

377. என்னதின்றாலும் அதற்குமேலே நாலுபேரிச்சம்ப
ழந்தின்ன எல்லாமடிபடும்.

Eat as much as you will; four dates eaten afterwards will settle the whole.

---

378. எச்சிலைக் குடித்துத் தாகந்தீருமா?

Can one quench his thirst by drinking spittle?

---

379. என்னீரலைக் கருக்கரிவாள் கொண்டறுக்கிறது.

Cutting my liver with a sharp saw.

---

380. எலியம்மணத்தோடே போகின்றதென்கிறான்.

He says that the rat goes naked.

---

381. என்பைத்தின்று சதையைக் கொடுத்து வளர்த்தா
யே.

Having eaten the bones thyself, thou hast nourished them with the flesh.

---

382. எனக்கூணுமில்லை யுறக்கமுமில்லை.

Neither food nor sleep.

---

383. எனதுநாட்களெல்லாம் ஊமை கண்ட கனாப்போ
லாயின.

All my days are lost as the dream of the dumb.

---

384. எடுப்பாரும் பிடிப்பாரு முண்டானால் இளைப்பும் த விப்பும் மெத்தவுண்டு.

Where there are many attendants sufferings are excessive.

---

385. எலிபுற்றெடுக்கப் பாம்பு குடிகொள்ளுகிறது.

The rat makes the hole, but the snake takes possession.

---

386. எண்ணமெல்லாம் பொய்யாகும் லிகிதம் மெய்யா கும்.

All conjecture is false, writing is true.

---

387. எட்டினால் மயிர்பிடிக்கிறது எட்டாதிருந்தாற் கால் பிடிக்கிறது.

Seizing by the hair if he can reach, but if not by the feet.

---

388. எலியைக்கண்டு பூனை எங்கியேங்கிக்கிடக்கிறதாம்.

It said that the cat is alarmed at the sight of a rat.

---

389. எள்ளுங்கரும்பும் நசுக்கினாற் பலனுண்டு.

Rape seed and sugar-cane are profitable when crushed.

---

390. எடுத்தார் கையிற் பிள்ளை.

A child in the arms.

---

391. எட்டாப்பூத் தெய்வத்துக்கு.

The flower which is out of the reach is dedicated to God.

---

392. எள்ளுக்கேழுழவுழுகிற வேளை வெள்ளாளா கொ
ள்ளுக்கோருழவுழுது பயிர்ச்செய்.

O poor plough-man who ploughest seven times for rape seed, plough once and sow gram.

---

393. எண்ணெய்க்குடத்தைச் சுற்றுமெறும்புபோல.

Like the ants round the oil pot.

---

394. என்முகத்திற் கரிபூசினாயே.

You have rubbed charcoal on my face.

---

395. எறும்பு முட்டை கொண்டு திட்டையேறின் மழை
பெய்தது.

It has rained, for the ants are carrying their eggs to higher ground.

---

396. எத்தனைதரம் விளக்கினாலும் பித்தளைநாற்றம்போ
காது.

The smell of brass will remain however it is burnished.

---

397. எதெப்படிப் போனாலுந் தன்காரியந் தான்பார்க்
க வேண்டும்.

No matter what becoms of others' affairs attend to your own.

398. எறும்புக்குந் தன்கையாலெண் சாணுடம்பு.

The ant, measured by its own hand, is eight span long.

---

399. ஏரி நிறைந்தாற் கரை கசியும்.

If the pond be full the border will be moist.

---

400. ஏண்டா முடிச்சவிழ்த்தாய் என்பசியுனக்குத் தெ
ரியுமா?

O thou hast untied the knot: art thou aware that I am hungry?

---

401. ஏறவிட்டேணியை வாங்கினது போல.

Like removing the ladder one has ascended.

---

402. ஏறப்படாத மரத்திலே எண்ணப்படாத காய்.

The fruit on a tree no one has ascended is without number.

---

403. ஏழையழுத கண்ணீர் கூரிய வாளுக்குச் சரி.

The tears of the oppressed are like sharp swords.

---

404. ஏர் பிடித்தவனென்ன செய்வான் பானை பிடித்த
வள் பாக்கியவாட்டி.

What can the plough-man do? She who has the cooking utensils is wealthy.

---

405. என்னடி சிறுக்கி புல்லாச்சா? ஒரு நொடிக்கு முன் கட்டாச்சே.

My girl have you cut the grass? It is tied into a bundle before the finger could be snapped.

---

406. ஏரிமிதந்தால் இடையனைப் பாராது.

If the hunch of the ox grow high he will not mind his keeper.

---

407. ஏருழுபவனிளைத்தால் எருது மச்சினங்கொண்டாடாதா?

If the ploughman be fatigued will not the oxen make sport of him?

---

408. ஏவற்பேய் கூரையைப் பிடுங்கும்.

The excited devil breaks the roof.

---

409. ஏதாததல் பேசினால் அகப்பைச் சூனியம் வைப்பேன்.

If you say any thing I will practise on you the witchcraft of the spoon.

---

410. ஏணைக்கழிக்குக் கோணைக்கழிவெட்டுகிறது.

To cut a crooked stick for a litter.

---

411. ஏட்டிற் சுரைக்காய் கறிக்காமா?

Is the word fruit written in a book available for curry?

412. ஐங்காதம்போனாலுந் தன்பாவந் தன்னோடே.
Though a man may remove to the distance of 50 miles his sin is still with him.

---

413. ஐயோவென்றாலும் ஆறுமாதம் பாவம் பிடிக்கும்.
Though one cry alas! his sin will abide six months.

---

414. ஐம்பதுவயதாண்பிள்ளைக்கு ஐந்துவயதுப்பெண்.
A girl of five years to a man of fifty.

---

415. ஐங்காதம் போனாலும் அகப்பையரைக்காசு.
Though carried fifty miles the spoon is worth only half a cash.

---

416. ஒருதலைக்கிரண்டாக்கினையா?
Are there two punishments for one head?

---

417. ஒருநாட் கூத்துக்குத் தலையைச் சிரைத்தது போல.
Like shaving the head for a single day's dance.

---

418. ஒன்றுமறியாத கன்னி, உன்னைப் பிடித்ததுசன்னி.
O ignorant virgin the ague has seized thee.

---

419. ஒருவன் பிறந்தாற்றனிமை இருவர் பிறந்தாற்பகை.
When one only is born there is solitude, when two there is enmity.

420. ஒரு குடம்பாலுக்கோரு துள்ளி உறைமோர்.

One drop of butter-milk is put into the pot of milk.

421. ஒருதாயில்லாதவருக்கூரெல்லாந் தாய்.

The whole country is mother to the motherless.

422. ஒருபானை சோற்றுக்கு ஒரு சோறு பதம் பார்க்கிறது.

One grain of boiling rice is a sample of the whole pot.

423. ஒருகை தட்டினலோசையா? இருகைதட்டினலோசையா?

Can the sound of clapping be produced with one hand or with two?

424. ஒருவர் அறிந்தால் இராசியம் இருவரறிந்தாற் பராசியம்.

If one only knows the matter it is secret, if two it is public.

425. ஒழுக்கு வீட்டிலே வெள்ளம் வந்தது போல.

As a flood in the leaky house.

426. ஒரு சாண்காட்டிலே ஒரு முழத்தடி வெட்டலாமா?

Can a stick a cubit long be cut among shrubs a span high?

427. ஒளிக்கப் போயுந் தலையாரி வீட்டிலேயொளித்தாற் போல.

As one seeking concealment hides himself in the house of the Chief.

---

428. ஒருவனைப்பற்றி ஓரகத்திரு.

Abide where you have a friend.

---

429. ஒருகாசு கொடாதவனொருவராகன் கொடுப்பானா?

Can he who cannot give a cash pay a mohur?

---

430. ஒருகாசென்றவிடத்திலழுகிறன்.

He weeps when the word cash is pronounced.

---

431. ஒடிந்த கோலானாலும் ஊன்று கோலாகும்.

Though a broken staff it may serve as a walking stick.

---

432. ஒரு மிளகுக்கு ஆற்றைக்கட்டியிறைத்தசெட்டி.

A merchant that drained the river and drew off the water, in order to find a grain of pepper he had lost.

---

433. ஒரு உண்டிலே கோட்டை பிடிக்கலாமா!

Can a fort be taken with one bullet?

434. ஒருகூடு முடைந்தவனென்பது கூடு முடைவான்.

He who has platted one basket may make nine.

---

435. ஒளியில்லாவிட்டாலிருள். இருளில்லாவிட்டால் ஒளி.

When there is no light there is darkness. When no darkness there is light.

---

436. ஒருக்கால் செய்தவனிருக்கால் செய்வான்.

He who has done a thing once may perform it again.

---

437. ஒருவிரல் நொடியிடாது.

One finger will not snap.

---

438. ஒருமிப்பில்லாத குடி ஒருமிக்கக் கெடும்.

The divided household will have an undivided destruction.

---

439. ஒருதலை வழக்கு நூலிலுஞ் செவ்வை.

The evidence in a suit where only one party is heard; is straighter than a line.

---

440. ஒருகோபம் வந்து கிணற்றில் விழுந்தால் ஆயிரஞ் சந்தோஷம் வந்தாலுமெழும்பலாமா?

When one has fallen into a well through a single fit of anger, with a thousand joyous considerations lift him out?

---

441. ஒள்ளியர் தெள்ளியராயினுமூழ்வினை மெள்ளநுழைந்துவிடும்.

Though ever so prudent and skilful the effects of destiny will insinuate themselves.

---

442. ஓடியுங் கிழவிக்குப் பிறகேயா!

With all his running is he behind the old woman?

---

443. ஓடியொருகோடி தேடுவதிலுமிருந்தொரு காசுதேடுவது நலம்.

A single cash acquired in quietude is worth a crore acquired by bustle.

---

444. ஓடம்விட்டவிடமடிச்சுடும் அடிச்சுட்டவிடமோடம்விடும்.

The foot may be burnt where ships have sailed and ships may sail where the foot was burnt.

---

445. ஓட்டை மணியானாலும் ஓசை நீங்குமா!

Though a bell be porous will it lose its sound?

---

446. ஓடிய முயற் பெரிய முயலல்லவோ!

The hare that has escaped is a great one, is it not?

447. ஊருக்கொரு வழியா!
Is there only one road to the country?

---

448. ஓடவும் மாட்டேன் பிடிக்கவும் மாட்டேன்.
I will neither run, nor will I take hold.

---

449. ஓந்தி வேலிக்கிழுக்கின்றது தவளை தண்ணீருக்கிழுக்கின்றது.
The lizard seeks the hedge and the frog the water.

---

450. ஓடங் கடந்தாலோடக்காரனுக்கொருசொட்டு.
A cuff for the boatman after crossing the river.

---

451. ஓடம் வண்டிலேறும், வண்டிலோட மேறும்.
A boat may be conveyed in a cart, or a cart in a boat.

---

452. கருப்பங் கட்டியிலுங் கல்லிருக்கும்,
There are stones even in sugar.

---

453. கயிறில்லாப் பம்பரம்போல.
Like a top without a string.

---

454. கடைத் தேங்காயெடுத்து வழிப்பிள்ளையாருக் கடித்தசம்பந்தம்.
Like taking a cocoanut from the bazaar and breaking it to Ganesa by the way-side.

455. கறக்கின்ற துளக்கு உதைக்கின்றது பல்லுப்போக

Yielding half a pint and kicking out the teeth,

---

456. கடன் காரனை வைத்தகழுவுண்டா!

Is there a stake for transfixing debtors?

457, கண்ணைக் கெடுத்த தெய்வம் புத்தியைக் கொடுக்கும்.

The God that destroyed the eye will give wisdom.

---

458. கள்ளமாடு சந்தையேறாது.

The stolen cow will not appear in the market,

---

459. கந்தையானாலுங் கசக்கியுடுத்து.

Though only a rag put it on neatly.

---

460. கரணந் தப்பினால் மரணம்.

If he fail in his feat it is death.

---

461. கற்றவிடத்திலே வித்தைகாண்பிக்கலாமா!

Can learning be exhibited where it is acquired?

---

462. கண்டுங் காணவில்லைக் கேட்டுங் கேட்கவில்லை யென்றிருக்க வேண்டும்.

Seeing, see not, hearing hear not.

463. கனவுகண்ட பணஞ் செலவுக்குதவுமா!

Will the money seen in a dream be available for one's expenses?

---

464. கறந்தபால் முலையிற்போமோ!

Will the milk return into the udder?

---

465. கண்குருடானாலும் நித்திரையிலே தாழ்வா?

Though the eye be blind is the sleep thereby affected?

---

466. கடிகோலிலே கட்டின நாய்.

A dog tied to a stick.

---

467. கனிந்தபழந் தானேவிழும்.

The ripe fruit falls of itself.

---

468. கரடியனூர் பிறைக்கண்டது போல.

As the bear looked at the new moon.

---

469. கட்டாந்தரை அட்டையைப்போல.

Like a leach in dry ground.

---

470. கல்வியென்ற பயிருக்குக் கண்ணீரென்ற மழை வேண்டும்.

Plants of learning must be watered with the rain of tears.

---

471. கண்ணையிமை காத்ததுபோல.

As the eye-lashes preserve the eye.

---

472. கடலின் மீனுக்கு நுளையனிட்டது பேர்.

The names of the fish of the sea are given by the fisherman.

---

473. கழுதையைக் கட்டி ஓமம்வளர்த்தாற் போல.

Like tying an ass and performing sacrifice.

---

474. கட்டிவைத்த பூனையையவிழ்த்துவிட்டு வாவுசு வாவுசு வென்றால் வருமா?

At the call of puss, puss, will the cat just loosed from its bondage return?

---

475. களவுங் கற்றுமற.

Learn even to thieve but forget it.

---

476. கழுவிக்கழுவிச் சேற்றிலே மிதிக்கிறதா?

Is it alternately to wash and tread in the mud?

---

477. கள்ளனை நம்பினாலும் நம்பலாம் குள்ளனை நம்பப்படாது.

Though a rogue may be trusted, a dwarf may not.

---

478. கனமூடன் கைப்பொருளிழப்பான்.

The learned fool will lose his wealth,

---

479. கண்டது கேட்டது சொல்லாதே காட்டுமரத்திலே நில்லாதே.

Repeat not what you have seen and heard nor stand under a wild tree.

---

480. கண்டது பாம்பு கடித்தது கருக்குமட்டை.

What he saw was a snake, but that which bit him was the stem of a Palmira leaf.

---

481. கழுதைமேலேறினாற் சுகமில்லை.

It is not comfortable to ride on an ass,

---

482. கட்டிக்கொண்டு வரச்சொன்னால் வெட்டிக்கொண்டு வருகிறேனென்கிறான்.

If one says come binding, he replies, I will come cutting.

---

483. கல உமித் தின்றாலோரவிழ்த் தட்டாதா!

When a bushel and a half of husks are eaten will not a grain of rice get between the teeth?

484. கடுக்காயிற் கனிநஞ்சு சுக்கிற் புறணி நஞ்சு.

The kernal of the gall-nut is poisonous, and the rind of ginger is poisonous.

---

485. கல்லைக்கண்டால் நாயைக்காணோம் நாயைக்கண்டாற் கல்லைக்காணோம்.

When a stone is seen we see no dog, and when a dog is seen, we see no stone.

---

486. கள்ளனச்சங் காடு கொள்ளவில்லை.

The fear of robbers is not confined to the desert.

---

487. கல்லையாகிலுங் கரைக்கலாம் மனதைக் கரைக்கப்படாது.

Though a stone, it may be dissolved, but the mind cannot be dissolved.

---

488. கற்றோரருமை கற்றோரறிவர்.

The erudite know how to estimate the learned.

---

489. கண்டது காட்சி பெற்றதுபேறு.

That which is seen is sight, and what is obtained is acquirement.

---

490. கடுகு சிறுத்துங் காரம்போகாது.

However small the seed of the mustard may be, its keenness is not thereby diminished.

491. கற்றது கையளவு கல்லாததுலகளவு.

The acquirements are a handful and the unattained wide as the world.

492. கல்லிலே நாருரிக்கிறது.

To peel a stone.

493. கனத்தவுடமைக் கநத்தமில்லை.

Heavy articles are not perishable.

494. கரும்பு தின்கக் கைக்கூலியா!

Is a reward given for eating sugarcane?

495. கள்வன் பெண்சாதி கைம்பெண்சாதி.

The wife of the thief is a widow.

496. கப்பல் விட்டுச் கெட்டதுடி கொட்டைநூற்றளாதமா!

Will the family ruined by navigation grow rich by spinning cotton?

497. கறுப்பு வெளுப்பாகாது கசப்பினிப்பாகாது.

Black cannot be made white, nor bitterness sweet.

498. கமரிலே பாலூற்றுகிறது.

To pour milk into the cracks of the ground.

499. கழுதை குதிரையாகுமோ குதிரை கழுதையாகுமோ?

Will the ass become a horse or the horse an ass?

---

500. கனவெலி வளையெடாது.

Rats in large numbers do not make holes.

---

501. கண்ணியிலகப்பட்ட மான்போலக் கலங்குகிறன்.

He trembles like a deer caught in a snare.

---

502. கடையிலே கட்டித்தூக்கின அழுகற் பூசணிக்காய்.

A rotten pumpkin hung in the bazaar.

---

503. கனமழைபெய்தாலுங் கருங்கல்லுக்குளீரமேறாது.

Though the rain fall heavy, the damp will not penetrate granite.

---

504. கழுதை மயிர் பிடுங்கித் தேசம்.

The country where ass's hair is plucked.

---

505. கடையிலே கொண்டு மனையிலே வைக்கிறேன்.

I bought it in the bazaar, and place it in the house.

---

506 கம்பிளிமேற் பிசின்.

Gum on the bla nket.

---

507. கற்பித்தவன் காப்பாற்றுவான்.

He who commanded, will preserve.

---

508. கருமத்தை முடிக்கிறவர் கடலையாராயார்.

Those intent on their object do not mind the depth of the sea.

---

509. கன்றுக்குட்டி கட்டச் சொன்னார்களோ கட்டுத்தறியைப் பிடுங்கச் சொன்னார்களோ!

Was the order to tie the calf or to remove the stake?

---

510. கடல்வற்றிக் கருவாடு தின்கலாமென் றுடல்வற்றிச் செத்ததுகொக்கு.

The crane hoping to eat dried fish when the sea might be dried up, wasted away in expectancy.

---

511. கறிக்குளக்கு நெய் வார்த்தாலுங் கண்ணிற் கண்டதைச்சொல்.

Though a gill of ghee be poured into the curry, yet say what you saw.

---

512. கண்டறியாதவன் பெண்டில் கொண்டாற் காடுமேடெல்லாங் கொண்டிழுப்பானும்.

It is said that if he who is ignorant of every thing he sees, marries a wife, he will drag her even to the woods and mountains.

513. கரும்பினிதென்று வேரோடே தின்கலாமா?
Because the sugarcane is sweet must one eat the roots along with it?

---

514. கள்ளமனந் துள்ளும்.
An evil mind is agitated.

---

515. கருங்காலியுலக்கைக்கு வெள்ளிப்பூண் போட்டதுபோல.
As a silver ferrule is put on the ebony pestle.

---

516. கழுதைக்குத் தெரியுமா கத்தூரிவாசம்?
Is the smell of musk known to the ass?

---

517. கடையிலரிசி கஞ்சிக்குதவுமோ அபசாரி புருஷன் ஆபத்துக்குதவுவானோ?
Is the rice in the bazaar available for Congee? Will the husband of the adulteress assist her in distress?

---

518. கடுகுபோனவிடமாராய்வர் மிளகுபோனவிடமாராயார்.
The lost mustard seed is sought, but the lost pepper is not inquired after.

---

519. கம்பளம் விற்றகாசு மயிர் முளைத்திருக்காது.
Hair will not grow on the coin for which the blanket was sold.

520. கழுதைக்குபதேசங் காதிலேசொன்னாலுமபயக் குரலன்றி வேறுகுரலில்லை.

Though one teaches an ass by speaking in his ears we obtain nothing but braying.

---

521. கண்ணாடிக்குள்ளாகத் தோன்றிய பணமுடிச்சுப் போல.

Like a bundle of money seen in a mirror.

---

522. கணக்கதிகாரமெல்லாம் பிளக்குங் கோடரியாயிருக்கிறான்.

He solves all problems as the axe splits the wood.

---

523. கடுஞ்செட்டுக் கண்ணைக் கெடுக்கும்.

Unfair dealing destroys the eye.

---

524. கரைப்பார் கரைத்தாற் கல்லுங்கரையும்.

When the efficient act, they will dissolve even a stone.

---

525. கண் கண்டது கைசெய்யும்.

What the eye has seen, the hand may do.

---

526. கள்ளனுந்தோட்டக்காரனுமொன்று.

The thief and the gardener are one.

---

527. கழுதைப் புண்ணுக்குப் புழுதி மருந்து.
Dust is medicine to the sores of an ass.

---

528. கத்தரிக்காயிலே காலுங்கையுமுளைத்தாற்போல.
As the foot and the hand sprang from the brinjal.

---

529. கழுதைவிட்டையானாலுங் கைநிரம்பவேண்டும்.
Though it be ass's dung get a handful.

---

530. கல்லைக்கிள்ளிக் கையிழந்தது போலாம்.
It is said to be like losing the hand on pinching a stone.

---

531. கனவிலுங் காக்கை பீதின்கிற நினைவு.
The thought of eating dung affects the crow even in its dreams.

---

532. கண்டிருந்து பீயைக் கவிழ்ந்திருந்து தின்கிறதா!
Seeing that it is ordure is it to eat it hanging down the head?

---

533. கள்ளிக்கு வெட்டிக் கற்றழைக்கு வெட்டுகிறது.
Cutting kalle and then cutting kattala.

---

534. கவணெறி நிலைநில்லாது கண்டவன்றலையுடைக்கும்.
The stone thrown from a sling will miss its mark, and break some one's head.

---

535. கம்பிளியிலே சோற்றைப் போட்டு மயிரென்றாற் போமா?

When rice is put on the hair cloth, will the hair disappear by merely saying it is there?

---

536. கருப்புக்கட்டாலே கழுதைக்கடித்தாற் கழுதையறியுமோ கரும்புருசி?

If the ass be beaten with a bundle of sugar-cane will he thereby taste its sweetness?

---

537. கரும்பு கட்டோடேயிருக்கவெறும்பு தானேவரும்.

Ants will come of themselves where bundles of sugar-cane are placed.

---

538. கண்டபாவனையிலே கொண்டைமுடிக்கிறது.

To tie up the hair according to the fashion.

---

539. கல்லுவருகிற விசையைக் கண்டாற் பல்லைச்சிக் கெனமூடவேண்டும்.

When you see the force of the approaching stone, close and cover your teeth.

---

540. கதவுசாத்தினால் நிலைபிறத்தி.

When the door is shut, the door-post is outside.

---

541. கயிற்றைப் பாம்பென்றெண்ணிக் கலங்குகிறது.

To be alarmed at a rope imagining it a snake.

---

542. கதிரைக் களைந்துங் களையைப் பிடுங்கு.

Though the ears of corn are destroyed, pull up the weeds.

543. கள்ளருக்குப் போகிறதெல்லாந் திருட்டுப்புத்தி.

The whole bent of the thief is to steal.

544. கண்டாற்றெரியாதோ கம்பிளியாட்டுமயிரை.

May not sheep's hair be known if seen?

545. கழுதைதேய்ந்து கட்டெறும்பாயிற்று.

The ass wearing away became an ant.

546. கம்மாலையினாய் சம்மட்டித்தொனிக்கஞ்சுமா!

Will the dog in the blacksmith's shop fear the sound of a hammer?

547. கண்ணாலே கண்டதற் ககப்பைக்குறியேன்!

Of what use is the mark of the spoon, when the eye has seen the thing itself?

548. கத்தியிருக்கு மிடத்துக்கு மரைகாவுகிறதா!

Is the elk to be borne to the place where the knife is?

549. கருங்கண்ணிபட்டாற் கரையான் கண்ணாலுந் திரும்பிப் பாரான்.

When the fisherman has caught a karong kanne he will not turn his eyes back.

---

550. கண்ணுக்குட் சம்மாணங் கோட்டுவாள் கம்பத்திலைந்தானை கட்டுவாள்.

She will sit composedly in the eye, and tie five elephants to the gymnastic pole.

---

551. கலியாணவீடு கண்டதுமில்லைக் கோட்டுச்சத்தங் கேட்டதுமில்லை.

No wedding house is seen, nor is the sound of the drum heard.

---

552. கரும்பு வேம்பாச்சே.

The sugar-cane has become a margosa-tree.

---

553. கண்ணாலேசீவன் கடகடென்றுபோனாலும் வண்ணானுக்கு மழைநஞ்சு.

Although the soul of the washer-man should suddenly leave him through his eye, rain would be to him poison.

---

554. கலகமே மெய்யானாற் புழுகாதவன் பாவம்.

If it be true that the quarrel took place he who does not make it known is faulty.

---

555. கங்கையிலே படிந்தாலும் பேய்ச்சுரைக்காய்நல் லசுரைக்காயாகாது.

Though an inferior gourd be washed in the Ganges it will not become good.

556. கண்ணிலெண்ணெய் கரிக்கும், பிடரியிலெண் ணெய் கரிக்குமா?

The oil put in the eye will give pain, will it do so, if put on the back of the neck?

557. கண்ணான பேர்களைப் புண்ணாக்கினாய்.

Thou hast afflicted friends dear as the eye.

558. கடற்கரையிற்றாழங்காய் கீழ்த்தூங்கியென்ன மேற் றூங்கியென்ன?

What matters it whether the wild pine fruit on the sea-shore hang up or down?

559. கலத்திலே சோற்றைப் போட்டுக் கையைப்பிடிக் கிறது போல.

As one seizes the hand of his guest after having put rice for him on the plate.

560. கலியாணவீட்டிலே பந்தற்காலைக் கட்டிக்கொண் டழுகிறவன் செத்தவீட்டிலே சும்மாவிருப்பானோ?

Will he who embraces the post of the marriage canopy and weeps, forbear to weep at funeral obsequies?

561. கடல்பெருகி மேலிட்டாற் கரையேது?

Of what use is the shore when overflowed by the sea?

562. கள்ளனுமாகி விளக்கும் பிடிக்கிறாய்?

Thou thyself the thief bearest the lamp.

563. கடலிலே பெருங்காயங் கரைத்தாற் போல.

Like asafetida dissolved in the ocean.

564. கண்ணைக்கொண்டு நடப்பதுபோல உன்னைக்கொண்டு நடந்தேன்.

I walked by thy aid as well as with my own eyes.

565. கரும்பிற்குழுதபுழுதி காச்சியபாலுக்குச் சருக்கரை யாகுமா?

Will the dust of the ground ploughed for sugar, become sugar in the boiling milk?

566. கடாமேய்க்கப் போனவனறிவானோ கொழுவிழுந்தது.

Will the goatherd know that the ploughshare has fallen?

567. கடாப்பின் வாங்குகிறது பாச்சலுக்கடையாளம்.

The retrocession of the goat is the sign of attack.

568. கரைகாணாத தோணிபோலே.
Like a dhoney out of sight of the shore.

569. கண்ணிலே வருகிறது புருவத்திலே.
Missing the eye, it hit the eye-brow.

570. கமுகுக்குக் களைவெட்டினாற் போலத் தம்பிக்குப்
பெண்கேட்டாற்போல.
As a weed among the small grain is cut, and as a wife was solicited for the younger brother.

571. கடலிலே துரும்புகிடந்தாலுங் கிடக்கும் மனதிலேகி
டவாது.
The rush may rest in the ocean if put there, but not in the mind.

572. கம்பத்திலேறிக் கரணம்போட்டாலுங் கீழேயிறங்
கிக் கையேற்கவேண்டும்.
Though one ascend a pole to make a summerset, he must descend to obtain his reward.

573. கள்ளிக்குக் கண்ணீர் கண்ணிலே நீலிக்குக் கண்
ணீரிமையிலே.
The tears of the cruel and abandoned woman are in her lashes; those of the less vicious are in her eyes.

574. கதைக்குக் காலுமில்லைத் தலையுமில்லை.
There is neither head nor foot to mere talk.

575. காட்டுச் சுரைக்காய் கறிக்காமா?
Is the wild gourd fit for curry?

---

576. கார்த்திகைக்குப் பின்பு மழையுமில்லைக் கன்னனுக்குப் பின்பு கொடையுமில்லை.
There is no rain like that of November, and no gift equal to those of Cannan.

---

577. காரியத்திலே கண்ணல்லாமல்வீரியத்திலேயில்லை.
His eye is intent on the matter, not on it's attendant applause.

---

578. காலாலே நடந்தாற் காதவழி தலையாலே நடந்தாலெவ்வளவு தூரம்?
If the distance be ten miles on foot how much will it be if one walk on his head?

---

579. காசுக்கொரு சீலை விற்றலும் நாயின் குண்டி நிருவாணம்.
Though a cloth is sold for a mere tithe, yet the posteriors of the dog will be bare.

---

580. காவடிப்பாரஞ் சுமக்கிறவனுக்குத் தெரியும்.
He who bears the burden on his shoulders, knows its weight.

---

581. காவோலை விழுந்ததென்று குருத்தோலை சிரித்ததாம்.
It is said that the young leaves of the palmira laughed because the dried leaves fell off.

---

582. காய்ந்த மரந் தளிர்க்குமா!

Will a dry tree bud?

---

583. காகங் கொக்குக் கனகிளியனுமான்.

The crow is a crane, the flight of parrots is a monkey.

---

584. காற்றைப்பிடித்துக் கரகத்திலடைத்ததுபோல.

Like the wind caught and confined in a kettle.

---

585. காராம்பசுவுக்குப் புல்லுமாம் நந்தாவனத்துக்குக் களையுமாம்.

The flower garden is weeded, and fodder is procured for the black cow.

---

586. காணிசோம்பல் கோடிநட்டம்.

Indolence if only an eightieth part produces a crore of disadvantages.

---

587. காரிகையற்றுக் கவிசொல்லுவதிற் பேரிகைகொட்டிப் பிழைப்பது நன்று.

It is better to beat a tom-tom for a livelihood than to compose poetry without the knowledge of prosody.

---

588. காலத்திற்பெய்த மழைபோலாம்.

Like rain in due season.

589. காற்றுக்குத் தோணியெதிர்த்தோடாது.

A dhony will not sail against the wind.

---

590. காய்த்தமரங் கல்லெறியப்படும்.

The fruitful tree is pelted with stones.

---

591. காசைக்கொடுத்துக் குத்துமாடு தேடுகிறதா?

Is it proper to give a price for a goading ox?

---

592. காசிக்குப்போயுமுடத்தவசி காலிலே விழுகிறதா?

After having visited Benares ourselves, shall we fall at the feet of a lame ascetic?

---

593. காற்காசுப்பூனை முக்காற்காசுத் தயிரைத்தின்றதாம்.

It is said that the Cat that was worth a quarter of a cash, has eaten curds worth three quarters of a cash.

---

594. காளிகோட்டத்துக் கற்பக விருட்சமாருக்குமுதவாது.

The sacred tree Catpagam would avail nothing if in the temple of Kali.

---

595. காவிரியாற்றை மறிப்பாய் கார்த்திகை மாதத்துக் கற்கடக சந்திரனையும் மறிப்பாயா?

You may prevent the streams of the river Caverry from flowing on our lands but have no power to hinder the effect of the November moon in the Constellation Cancer.

596. காணிக்கோத்தது கோடிக்கு.

That which pertains to an eightieth part pertains to a crore.

597. காப்பானுக்குக் கள்ளனில்லை.

The vigilant are free from thieves.

598. காலம்போம் வார்த்தைநிற்கும்.

Time passes away but sayings remain.

599. காய்ந்தபுலி ஆளிலேவிழுகிறது போல.

As a hungry tiger pounces on a man.

600. காய்ந்தாலும் வெந்நீரவம் போமோ?

Though it be boiled, will water become useless?

601. காடுவாவென வீடுபோவென.

The burning place says come and the house says go.

602. காகமில்லாதவூர் சோனகனில்லாதவூர்.

The country that has no crows has no mussulmans.

603. காகமிருக்கப் பழம்விழுந்ததுபோல.

As the fruit fell just at the time the crow was there.

604. காலத்துக்குத்தக்க கோலம்.

The usage is as the time.

---

605. காலைச்சுற்றிய பாம்பு கடித்தாலன்றி விடாது.

A snake that has entwined itself about the leg will not leave without biting.

---

606. காட்டுப்பூனைக்குச் சிவராத்திரியா?

Does the wild cat observe Siva's night?

---

607. காட்டில் யானையைக்காட்டி வீட்டிற் பெண்ணைக் கொடுக்கிறது.

To show an elephant in the forest, and present the bride at home.

---

608. காதவழி பேரில்லான் கழுதை.

He who has no reputation within ten miles is an ass.

---

609. காடையும் புழுதியும்போல.

Like a quail and dust.

---

610. காட்டுக்கெறித்த நிலாக் கானலுக்கே பெய்தமழை.

Moon-light in the desert, and rain in the wilds.

---

611. காற்றுள்ளபோதே தூற்று கரும்புள்ளபோதே ஆட்டு.

Winnow while there is wind, and turn the mill while there is sugar-cane.

---

612. கார்த்திகைப் பிறைப்போலக் கண்டேன்.

I saw it as the phase of a November moon.

---

613. காமாறிக்கட்டினாற் கனங்குறையுமா?

By changing the load suspended on a bearing pole, will the weight be lessened?

---

614. காடுவெந்தாற் சந்தனமரம் வேகாதோ?

If the forest be consumed will the sandal wood be unburnt?

---

615. காரியக்காரன் கொல்லையிலே கழுதைமேய்ந்தது.

The ass feeds in the ground of the industrious.

---

616. காரியம்பெரிதோ வீரியம்பெரிதோ?

Which is greater the matter in hand, or the applause connected with it?

---

617. காதுகாதென்றாற் செவிடுசெவிடென்கிறான்.

If one says it is an ear, an ear, it is replied deaf, deaf.

---

618. காகமேறிப் பனங்காயுதிருமா?

Will the palmira fruit fall because a crow alights on the tree?

---

619. காணப்பட்டதெல்லாமழியப்பட்டது.

All that is visible is mutable.

---

620. காசில்லாதவனுக்கு வராகன்பேச்சென்ன?

Of what use is it to talk of golden coins when one has no money?

---

621. காதுக்குக் கடுக்கனிட்டால் முகத்துக்கழகு.

Ear-rings add to the beauty of the countenance.

---

622. காற்றைப்பார்த்து எச்சில்துப்பினால் முகத்திலேவிழும்.

If one spit against the wind, the spittle will fall in his face.

---

623. காதிலே நாராசமேற்றினாற்போல.

Like putting a heated rod in the ear.

---

624. காரியத்துக்குக் கழுதையின் காலைப்பிடி.

Lay hold of the ass's foot to aid your purpose.

---

625. காத்திருந்தவன் பெண்டாட்டியை நேற்றுவந்தவன் கொண்டுபோனான்.

He who came yesterday has carried off the wife upon whom one had long bestowed his attention,

---

626. காட்டிக்கொடுத்துக் கடக்கப்போய் நிற்கலாமா?

Having led the way, is it right to abandon the project?

---

627. கிணறும் வெட்டித் தவளையும் பிடித்துவிடுகிறதா?

Is it necessary for one to provide frogs for the well he has dug?

---

628. கிணறுவெட்டித் தாகந்தீருமா?

Is thirst to be quenched by digging a well?

---

629. கிண்டக்கிண்டக் கீரையுமயிரும்.

By continued digging nothing but wild herbs and hair is obtained.

---

630. கிழவிவரவுஞ் சுவரிடியவும்.

An old woman approaches and the wall falls,

---

631. கிணறுமெத்தினாற் கீழ்வரைபோசியும்.

If the well be full it will fructify its vicinity.

---

632. கிழவியுங்காதங் குதிரையுங்காதம்.

The *Katham of the old woman is as the Katham of the horse.

---

633. கிட்டாதொன்றை வெட்டெனமற.

Sever from your thoughts the thing which cannot be obtained as the thing cut is severed.

---

634. கிணறு இறைக்கவிறைக்க ஊறும்.

The more the well is drawn the better will be the spring.

---

635. கிளியைவளர்த்துப் பூனையிடத்துக்குத் தூதுக்கனுப்புகிறதா!

Is a trained parrot sent to convey a message to the cat?

---

636. கிணறுதப்பித் துரவில் விழுந்ததா!

Having escaped the well, has he fallen into the ditch?

---

637. கிணற்றைக்கண்டு கடலொதுங்கிப் போனதுபோல.

As the sea on seeing the well shrunk back.

---

637. கிணற்றுத்தவளைக்கு நாட்டுவளப்பமேன்!

Of what use can the news of the country be to a frog in a well?

---

*A Katham is three hours walk or about 10 miles.

638. கிழிந்தபம்பரங் காசுக்கிரண்டு.

Two split tops for a cash.

---

639. கிடக்கிறதோட்டுத்திண்ணை கனாக்காண்கிறது மச்சுமாளிகை.

A palace seen in the dream of one lying on a round pyal.

---

640. கிழவியிருந்தவீடுங் கிளியிருந்த காடுமீடேறமாட்டாது.

The house of an old woman, and the place frequented by parrots are beyond redemption.

---

641. கிணற்றாழமுங் கயிற்றுநீளமும் பார்க்கவேண்டும்.

The depth of the well and the length of the rope must be ascertained.

---

642. கிழக்குவெளித்து முக்காடா?

What! a vail now the east is becoming white!

---

643. கீரைத்தண்டுபிடுங்க ஏலப்பாட்டேன்?

Why a song of acclamation when pulling up the stem of an herb?

---

644. கீரைக்கடைக்குமெதிர்க்கடை வேண்டும்.

An opposition stall is necessary even among green grocers.

---

645. கீழ்குலத்தானாலுங் கற்றவன் மேற்குலத்தான்.

Though of lowly origin the learned is of distinguished rank.

646. கீழேபாம்பென்றால் மேலேபார்க்கிறான்.

When it is said there is a snake below, he looks above.

647. கீறியாற்றினாற் புண்ணாறும்.

When probed, the wound will heal.

648. கீரியும் பாம்பும்போல.

As the ichneumon and snake.

649. குரங்கிற்குந் தன்குட்டி பொன்குட்டி.

Even the monkey thinks its own young precious as gold.

650. குட்டிச்சுவரிலே தேள்கொட்டக் கட்டுத்தறியிலே நெறியிடுமா!

Will the scorpion sting the wall, or will a swelling rise on the tether stake?

651. குறத்திபிள்ளைப்பெறக் குறவன்காயங்குடிக்கிறது.

The forestress brings forth the child, and the forester drinks the medicine.

652. குறுணிப்பால் கறந்தபோதிலுங் கூரைபிடுங்கப் பார்த்திருக்கலாமா?

Though it yield a gallon of milk, shall the cow be permitted to destroy the roof?

---

653. குயவனுக்குப்பலநாள்வேலை தடியடிகாரனுக்கொருநாள்வேலை.

Many days work to the potter, only one to the destroyer.

---

654. குட்டிச்சுவரைமுட்ட வெள்ளெழுத்தா!

So dim-sighted as to run against a dwarf wall!

---

655. குலைக்கிறநாய்க்குக் கோலைக்கொடுத்தால் ஊரெங்குங்கொண்டோடிக் குலைக்கும்.

If the staff be put into the mouth of the barking dog it will run barking with it all over the country.

---

656. குளவிக்கூட்டைக் கோலாற்குலைத்தாற் போல.

Like destroying a bee-hive with a stick.

---

657. குரங்கின்பீயை மருந்துக்குக்கேட்டால் உயரவுயரப் பாயுமாம்.

It is said that if the monkey be requested to give his dung for medicine he will climb higher and higher.

---

658. குடிபோனவீட்டிலே பெருச்சாளியுலாவும்.
The rat will promenade the empty house.

---

659. குளங்காக்கிறவன் தண்ணீரைக்குடியானோ?
Will not the porter of the tank drink its water?

---

660. குருட்டுப்பூனை விட்டத்திற் பாய்ந்ததுபோல.
As the blind cat leaped at the beam.

---

661. குங்குமஞ்சுமந்த கழுதை வாசனையறியுமா?
Does the ass that carries red ocher know its scent?

---

662. குதிக்கிறேமென்பவர்களெல்லாங் கூடத்தீயிற்குதிப்பார்களோ?
Do all who profess the intention leap into the fire along with the dead?

---

663. குடித்தனமேலிட வேண்டிப் பிடாரிதனைப்பெண்டு வைத்துக்கொள்ளுகிறது போல.
To take to wife the goddess Pedary that the family may prosper.

---

664. குடத்திற்பொன் கூத்தாடுமோ?
Will gold dance in a pot?

---

665. குருடன் கையிலே விலாங்ககப்பட்டது போல.
As an eel caught in the hand of the blind.

666. துழப்படி கண்டு திரைக்கடலேங்குமா?
Will the sea be dismayed at an uproar?

---

667. குள்ளப்பார்ப்பான் குழியில் விழுந்தான், தண்டெடு தடியெடு.
The dwarfish brahmin has fallen into the pit, bring a staff, bring a stick.

---

668. குட்டுப்பட்டால் மோதிரக் கையினலே குட்டுப்பட வேண்டும்.
If boxed at all it should be with the hand that is adorned with rings.

---

669. குற்றமுள்ளநெஞ்சு குறுகுறுக்கும்.
A guilty breast is always agitated.

---

670. குழந்தை கத்துகிறதெல்லாம்மமையாருக்கிலாபம்.
The crying of the child is advantageous to the mother.

---

671. குட்டியாடு கொழுத்தாலும் வழுவழுப்புப்போகாது.
Though the young kid become fat its flesh will not become solid.

---

672. குறையச்சொல்லி நிறையவள.
Saying little, give full measure.

673. குடியிருந்தறி வழிநடந்தறி.

Know the place by residing in it, and the road by walking in it.

---

674. குப்புற விழுந்து தவஞ் செய்தாலுங் குருக்களுக்கு மோட்சமில்லை.

Though they do penance falling prostrate on the face, priests will not attain final emancipation.

---

675. குளத்தைக் கலக்கிப் பருந்திற் கிரைகொடுக்கிறது போல.

It is like agitating the tank and exposing the fish as the prey of the kite.

---

676. குருடனுக்கு வேண்டியதுகண்.

All that the blind require is sight.

---

677. குருடனுக்குக் குருடன்கோல்பிடிக்கலாமா!

Can the blind lead the blind?

---

678. குழந்தாய் குழியிலமிழ்ந்தாதே.

My child do not fall into the pit.

---

679. குடிமதமடிபடத் தீரும்.

Beating will cure drunkenness.

680. குடிக்கிறது கூழ் கொப்பளிக்கிறது பன்னீர்.

Drinking gruel and washing the mouth with rose water.

---

681. குணம் மாற்றக் குருவில்லை

There is no priest who can change the natural disposition.

---

682. குத்துகிற உரல் பஞ்சமறியுமா?

Will the rice pounder be affected by the famine?

---

683. குண்டிகாய்ந்தாற் குதிரையும் வைக்கோல்தின்னும்.

A hungry horse will eat straw.

---

684. குருடனுக்குப் பால் கொக்குப்போல.

As milk was like a paddy bird to the blind man.

---

685. குருக்கள் பிழைத்தது மறுபிறப்பு.

That the Priests lived is as a new birth.

---

686. குபேரன்பட்டினங் கொள்ளைபோனாலும் அதிட்டவீனனுக்குத் துடைப்பக்கட்டையுமகப்படாது.

Though the city of Kuparan be taken as a spoil, the unfortunate will not obtain even a broomstick.

687. துளைப்பியுள்ள காது துறுதுறுக்கும்

The ear that is stopped tingles.

---

688. குதிரை குருடானாலுங் கொள்ளுத் தின்கிறதிற் குறை
ச்சலில்லை.

Though blind, the horse does not thoreby eat the less.

---

689. குருவிமைநாழிட்டாலுங் குருடேயழியாக் கண்ணுன
து.

Though four measures of collyrium be applied to the eye that is dim, it will not be improved.

---

690. குடிக்கிறது கூழாம் இருக்கிறது சிங்காதனம்.

Drinking gruel it is saidand sitting in the place of royalty.

---

691. குலைக்கிற நாய் வேட்டைபிடிக்குமா?

Will the barking dog catch game?

---

692. குயவா கலசங்கொண்டுவாடா இடையா பால்கொ
ண்டுவாவென்றதுபோல.

It is like saying to the potter bring me a pot, and to the cowherd bring me some milk.

---

693. குருடன் பெண்டிருக்கடித்ததுபோல்.

As the blind man beat his wife.

694. குப்பையுயர்ந்தென்ன கோபுரந்தாழ்ந்தென்ன?

What avails height in the dung-hill? Is the town disparaged by being low?

---

695. குட்டிநாயைக்கொண்டு வேட்டையாடினதுபோல.

Like one who went to hunt with a whelp.

---

696. குளிக்கப்போய்ச் சேறுதடவுகிறது.

Having gone to bathe, to smear mud.

---

697. குடலுங் கூந்தலுங் கொண்டதுகோலம்.

The bowels and the hair are under the power of habit.

---

698. குரங்கெல்லாமொருமுகம்.

All monkeys have faces alike.

---

699. குருடனைப்பார்த்திராசமுழி முழிக்கச்சொன்னால் முழிப்பானோ?

If the blind man be requested to imitate the gaze of the king, can he do it?

---

700. குருவிக்குத்தக்கராமசரம்.

The arrow of Rama will be suited to the bird.

---

701. குடத்தில் விளக்கு.

A lamp in a pitcher.

702. குடிக்கிறது மூத்திரந் தங்கவட்டில்.

To drink urine in a golden cup.

---

703. குரங்கின்கைப்பூமாலை.

A garland in the hand of a monkey.

---

704. குண்டி யெத்தனை கோணற்கோணினாலுஞ் சுமைவீட்டிற்போய்ச்சேர்ந்தாலே சரி.

It is of no consequence how much the body is contorted in bearing it, if the burden be lodged in the house, it is sufficient.

---

705. குப்பையிற்கீரை கிளைத்தாலுங் கப்பலுக்குப் பாய்மரமாகுமா?

Though the wild herb of the dung-hill flourish luxuriantly, will it ever be fit for a mast?

---

706. குப்பையிலிட்டாலுங் குன்றுமணிமங்காது.

Though the kundumani (a berry) seed be buried in the dung-hill, it will not lose its brilliance.

---

707. குழந்தையுந் தெய்வமுங் கொண்டாடுவோர்க்குபயம்.

Children and gods are fond of their admirers.

---

708. குதிரைகொண்டாற் கடிவாளத்துக்கு வழக்கேது?

When the horse is purchased why dispute about the halter?

709. குண்டிகூழுக்கழுகிறது கொண்டை பூவுக்கழுகிறது.

The belly cries for gruel and the knot of hair cries for flowers.

---

710. குங்குலியத்தூபங்காட்டிச் சன்னதந்தணிந்தாற் கும்பிடெங்கே!

Burning resin as incense while the demoniac is possessed. It being abated where is the adoration?

---

711. குதிரையின்குணமறிந்தல்லவோ தம்பிரான் கொம்புகொடுக்கவில்லை.

Was it not because the Deity knew the disposition of the horse that he assigned it no horns.

---

712. குலங் குப்பையிலே பணம் பந்தியிலே.

Caste is consigned to the dung-hill, money is at the feast.

---

713. குருடனுக்குவேண்டியது கண்.

The blind require eyes.

---

714. குப்பையுங் கோழியும்போலக் குருவுஞ் சீஷனும்.

The teacher and his pupil are like the dung-hill and the fowl.

---

715. குழிப்பயிரையெடுத்துக் கூரைமேல்விடலாமா?

Shall we elevate to the roof vegetables cultivated on the ground?

716. கும்பிடப்போனதெய்வங் குறுக்கேவந்தது.

The god I went to worship has come to me by a cross cut.

717. கும்பிடப்போனவர் தலையிலே கோயிலிடிந்து விழுந்தது.

The temple has fallen on the head of him that went to worship.

718. குளத்திற்போட்டுக் கிணற்றிற்றேடலாமா!

Having put it into the tank is it to be sought in the well?

719. குண்டியறுத்த பருந்துபோல.

As a kite with its tail cut off.

720. குருவியின்கழுத்திலே பனங்காயைக் கட்டித்தூக்கலாமா?

Can palmira fruit be suspended from the neck of a little bird?

721. குற்றம்பார்க்கிற் சுற்றமில்லை.

When faults are scrutinized, relationships cease,

722. குடிக்கிறதெருமைமூத்திரங் கடித்துக்கொள்ளுகிறதிஞ்சிப்பச்சடி.

He drinks the urine of the buffaloe and eats conserves of ginger,

723. குறைகுடந்தளும்பும் நிறைகுடந்தளும்பாது.

It is not the full pot that ripples, but the one partly filled.

---

724. குரங்கேறாத கொம்புண்டா?

Is there a branch the monkey has not climbed?

---

725. குருவில்லாத வித்தையுண்டா?

Is there any science except that received from instructors?

---

726. குளம்வெட்டுமுன்னே முதலை குடியிருக்கவருமா?

Before the tank is dug, will the alligator come and take up his abode in it?

---

727. குதிரைசெத்ததுமல்லாமற் சேணஞ்சுமக்க வேலையாயிற்று.

Besides the loss of the horse by death, the labour of carrying the saddle is incurred.

---

728. குடியில்லாதவூருக்கு நரியிராசன்.

The jackal is monarch of the uninhabited country.

---

729. குதிரையேறவதிட்டமிருந்தாற் குண்டிக்கீழ்வந்து நுழையாதா?

If one has the good fortune to ride on horseback, will not the horse find its way between his legs?

730. குடந் தண்ணீரிற் கொள்ளிவைத்தாற்போல

As a fire-brand was put into the water pot.

---

731. குருடன்கைக் கோலைப்பிடுங்கினதுபோல.

As the blind man took hold of a stick borne by another.

---

732. குடலறுந்த நரி எந்தமட்டுமோடும்?

How far will the jackal run whose bowels are gushing out?

---

733. கூடக்குடியிருந்துபோட்டுக் கொள்ளி செருகலாமா?

After having lived on terms of intimacy with me, are you come to strew fire-brands in my house?

---

734. கூலிக்குநாற்றுநடவந்தெல்லைக்குவழக்கோ?

Having come to plant for hire is it for you to dispute about the boundary of the land?

---

735. கூத்தாட்டுச் சிலம்பம்படைவெட்டுக்காகுமா?

Will the mimickry of the theatre avail in the battle field?

---

736. கூழுக்கு மாங்காய் தோற்குமா?

Will unripe mangoes lose their property in gruel?

737. கூழுக்குமாசை மீசைக்குமாசை.

Desire for mustaches and desire for gruel.

---

738. கூரையேறிக்கோழிபிடியாத குருவா வானத்தைக் கீறி வைகுந்தங் காட்டுவான்.

Can the Teacher who is unable to climb the roof to catch a fowl, open the heavens and show Vaicundam? (the paradise of Vishnu.)

---

739. கூத்தாடிக்குக் கீழேகண் கூலிக்காரனுக்கு மேலே கண்.

The eye of the dancer is downward and that of the labourer upwards.

---

740. கூகை விழித்தாற் போல விழிக்கிறன்.

He stares like an owl.

---

741. கூரைமேலே சோறுபோட்டால்ஆயிரங்காகம்வரும்.

If boiled rice be put on the roof, a thousand crows will come.

---

742. கூழேன்றாலுங் குடித்தவன் பிழைப்பான்.

Though it be but gruel he who drinks it may live.

---

743. கூழேன்றாலுங் குளித்துக் குடி.

Though it be only gruel wash before you drink.

---

744. கூட்டத்திற் கட்டுச்சோறவிழ்த்தது போல.

As a bundle of boiled rice was opened in a company.

745. கூனி வாயாற் கெட்டாற்போல.

As the crippled woman was destroyed by her mouth.

746. கெட்டகுடிக்கொரு கேட்டையிற்பிறந்தது.

Born under the auspicious star Kattar of low family.

747. கெட்டவன் குடிகெட்டுப்போ நீ குடி மிளகு சாற்றை.

Let the worthless perish, you drink pepper water.

748. கெட்டாலுஞ் செட்டி, கிழிந்தாலும் பட்டு.

Though ruined the merchant is a merchant; and silk though torn is silk still.

749. கெட்டமாடு தேடுகிறதை எட்டுமாடு தேடலாம்.

It is easier to procure eight oxen than to find one that has strayed.

750. கேடுவாய் கேடுநினையாதே தானே வருங்கேடு.

O evil one! do not devise evil, it will come of itself.

751. கெட்டிக்காரன் போட்டெட்டுநாளளவும்.

Though expert in assuming the air of the rich, it will last only eight days.

752. கெட்டும் பட்டணஞ்சேர்.

Though you perish remain in town.

753. கெட்டுப்போனபாப்பானுக்குச் செத்துப்போனபசுவைத் தானங்கொடுத்தது போல.

As a dead cow is given to a poor Brahmin.

---

754. கெங்கையாடிப் பாவந்தீருமா?

Will sin be expiated by bathing in the Ganges?

---

755. கேள்விச்செவியன் ஊரைக்கெடுத்தான்.

He who listened to reports destroyed the country.

---

756. கேட்பார் புத்தி கேட்டுக் கெடாதே.

Do not ruin thyself by receiving the counsel of hearsay reporters.

---

757. கெடுவருமுன்னே மதிகெட்டுவரும்.

Infatuation precedes destruction.

---

758. கையிற் புண்ணுக்குக் கண்ணாடிவேண்டுமோ?

Is a looking-glass necessary to look at a sore on the hand.

---

759. கைப்பழத்தைக் கொடுத்துமரத்தின் பழத்துக்குக் கண்ணூந்து நிற்பானேன்?

Why give the fruit in your hand and stand gazing at the fruit on the tree?

---

760. கையாற்கிழிக்கும் பனங்கிழங்கிற்கு ஆப்பும் வல்லிட்டுக் குத்துவானேன்?

Why use a mallet and wedge for splitting the

newly germinated root of the palmira that may be split by the hand.

761. கையிலுமில்லைச் செட்டியார் பையிலுமில்லை.

Nothing in hand nor in the bag of the merchant.

762. கைதப்பிக் கண்ணிலேபட்டாற் கைவிரலைத் தறித்துப்போடுவார்களோ?

If the hand accidentally strike the eye, will the finger on that account be amputated?

763. கையைப்பார் முகத்தைப்பாரென்றிருந்தாற் காரியமாகுமோ?

Will the thing be effected by exclaiming—look at the hand! look at the face!

764. கைதப்பினாற் கரணம்.

If the hand be withdrawn confusion ensues.

765. கையூன்றிக் கரணம்பாயவேண்டும்.

A somerset must be made by resting on the hand.

766. கைக்கெட்டினது வாய்க்கெட்டாமற் போயிற்று.

The mouth did not get what the hand reached.

767. கையிலில்லாதவன் கள்ளன்.

He who is destitute is a rogue.

768. கையிலரிசியுங் கமண்டலத்திற் றண்ணீரும்.

Rice in the hand and water in the pitcher.

---

769. கையிற் பிள்ளையோடு கடலில் விழுந்தேன்.

I fell into the sea with the child in my hand.

---

770. கையிற் கிடைத்தவமுதைக் கமரிலூற்றலாமா?

Shall the nector obtained be poured out into the cracked ground.

---

771. கையினெல்லிக்கனி.

Like Nelli fruit in the hand.

---

772. கையிலெடுக்குமுன்னங் கோழி மோசமென்றறியாது.

The fowl is not aware of danger till seized by the hand.

---

773. கைப்பெண்சாதி பிள்ளையானாலுஞ் செய்யுஞ் சடங்கு செய்யவேண்டும்.

The ceremonies must be performed even for a widow's son.

---

774. கையிற்காசு வாயிற்றோசையாமா?

Is money in the hand food in the mouth?

---

775. கொடுங்கோன் மன்னவனாட்டிற் கடும்புலி வாழுங் காடுநன்று.

It were preferable to dwell in the desert with ravenous tigers than under a despotic ruler.

776. கொடுத்தவனைப் புகழ் கொடாதவனையிகழ்.

Praise him who gives, and reproach the one who withholds.

---

777. கொட்டுநெல்லுங் குறையாமல் மக்கள்வண்டியும் வாடாமல்.

That the heap of rice may not decrease, nor the bellies of the children become small.

---

778. கொக்குத்திரளிலே இராசாளி பாய்ந்தாற்போல

As the vulture pounced on the assembled herons.

---

779. கொழுக்கட்டைக்குத் தலையுமில்லைத் துலுக்கனுக்கு முறையுமில்லை.

No head to the pancake nor any rules of consanguinity amongst barbarians.

---

780. கொடுக்காத விடையன் சினையாட்டைக் காட்டினதுபோல.

As the shepherd pointed at the sheep with young that he intended not to give.

---

781. கொசுகிலே பிளவை அதிலே நீரழிவு அறுக்கிறதெங்கே அட்டைவிடுகிறதெங்கே?

The eye-fly has got both the canker and diabetes, where shall the incision be made and where shall the leeches be put?

---

782. கொடிக்குச் சுரைக்காய் கனத்துப்போமோ?

Will the gourd become too heavy for the stem?

783. கொல்லத்தெருவில் ஊசி விலைப்போமோ?
Can spikes be sold in the Smith's Street?

---

784. கொல்லையிற் றற்றியையடைந்த புல்லு உழவருக்குப் படைக்குக் கெடுமோ!
Will the plough destroy the blade of grass at the foot of a block of wood in the garden?

---

785. கொட்டினாற்றேள் கொட்டாதிருந்தாற் பிள்ளைப்பூச்சியா!
If it bite it is a scorpion, if not, is it a harmless reptile?

---

786. கொசுகைப்பொருட்டாயெண்ணிக் கருடனெதிர்த்தாற்போல.
As the kite encountered the eye-fly thinking it important.

---

787. கொடுத்ததைக் கொடுக்குங் குட்டிச்சாத்தன்.
Cuttisatte (a demon) will give that which has been given him.

---

788. கொடுத்தவனுக்கெல்லாமுண்டு, கொடாதவனுக்கொன்றுமில்லை.
They who give have all things, those who withhold have nothing.

---

789. கொண்டகுலம் பேசலாகாது.
It is wrong to speak against the family one has espoused.

790. கொள்ளைக்குப் போனாலுங் கூட்டாகாது.

Though going to plunder a large company is not good.

---

791. கொசுகே கொசுகே தலைமுழுகு நான் மாட்டேன் சனிக்கிழமை.

O eye-fly, eye-fly! bathe thy head. I cannot; it is saturday.

---

792. கொடிசுற்றிப் பிறந்தபிள்ளைகுலத்துக்காகாதாம்.

For a child to be born involved in the after-birth is not good for the family.

---

793. கொசுமூத்திரங் குறுணிவேண்டுமென்றாற்போல.

Like requiring a gallon of eye-fly urine.

---

794. கொக்குக்குத் தெரியுமா கோழிக்குஞ்சைக் கொண்டுபோக?

Does the heron know how to carry off a chicken?

---

795. கொக்கிளங்குஞ்சுங் கோணாததெங்குங் கண்டதில்லை.

The young of the heron has not been seen nor a strait cocoanut tree.

---

796. கொடாதவன் கூத்தைப்பழித்த சம்பந்தம்.

Kindred to the dislike expressed for comedies by him who did not like to give any thing.

797. கொல்லைபாழானாலுங் குருவிக்குப் பஞ்சமா!
Although the garden be destroyed, will birds become scarce?

---

798. கொல்லுகிறதுஞ் சோறு பிழைப்பிக்கிறதுஞ் சோறு.
Rice kills and rice preserves.

---

799. கோழிமுட்டையில் மயிர் பிடுங்குகிறது.
To pluck hair from a hen's egg.

---

800. கோபமில்லாத துரை சம்பளமில்லாத சேவகன்.
A master without anger and a servant without wages.

---

801. கோட்டைக்குள்ளே படைவெட்டா!
Is there a war within the fort?

---

802. கோடையிடி யிடித்தாற்போல.
As it thundered in summer.

---

803. கோயிலிற் பூனை தேவரை மதியாது.
The temple cat will not venerate the idol.

---

804. கோபம் பாவம்.
Anger is sin.

---

805. கோழியைக்கேட்டோ ஆணங்காய்ச்சுகிறது.
Is the permission of the fowl requested in order to make soup.

806. கோடரிக்காம்பு குலத்துக்கீனம்.

The handle of the axe is the enemy of its family.

---

807. கோழிதின்ற கள்ளனுங் கூடநின்றுலாவுகிறன்.

The thief who ate the fowl walks along with the owner.

---

808. கோழியடிக்கிறதற்குக்குறும்பொல்லுவேண்டுமோ!

Is a bludgeon necessary to beat a fowl?

---

809 கோளுஞ்சொல்லிக் கும்பிடுவானேன்!

Why does he who backbites, pay his respects to the one he injures?

---

810. கோழிக்கறியென்றதுங் கொண்டாடிக்கொண்டதுங் கீரைத்தண்டாணமேடா சுப்பா கீரைத்தண்டாணமேடா.

O Chuppa, the curry we lauded as very superior; and alas! it is only soup made of the stalks of herbs.

---

811. கோலிழந்த குருடன்.

The blind man who had lost his stick.

---

812. கோபமற்றாற் குரோதமறும்.

Cruelty will cease when anger is gone.

---

813. கோபமுள்ளவிடத்திலே பிரியமுண்டு.

There is love where there is anger.

814. கோழிக்களவுபோக ஆடுவெட்டிப் பொங்கலிடுகிறதா?

Is it to sacrifice a sheep and made a feast on the occasion of a fowl being stolen?

---

815. கோழிபோனதுமல்லாமற் குரல்போன சம்பந்தம்.

Like losing one's voice by calling the fowl which we had lost.

---

816. கோழிமுடத்துக்குக் கடாவெட்டிப் பலியிட்டது போல.

Like offering a goat in sacrifice for the lameness of a fowl.

---

817. கோடியுமொருவெள்ளை குமரியுமொருபிள்ளை.

One washing to the new cloth and one child to the young woman.

---

818. கோழிகூப்பிட்டுவிடியுமோ நாய் கூப்பிட்டுவிடியுமோ?

Will the day break by the crowing of the cock or the barking of the dog?

---

819. கோழிமிதித்துக் குஞ்சுக்குச் சேதமுண்டா?

Is the chicken injured because the dam trod upon it?

---

820. சருக்கரைப்பந்தலிலே தேன்மாரி பெய்ததுபோல.

As a shower of honey on a shed of sugar.

821. சந்திரனைப்பார்த்து நாய் குலைத்தாற் சந்திரனுக்குச் சேதமுண்டோ?

If the dog bark at the moon will the moon be affected by it?

---

822. சமிக்கினையறியாதவன் சண்டாளன்.

He is a clown who cannot understand a hint.

---

823. சரக்குக்கண்டவிடத்திலே பிள்ளைப்பெறுகிறது.

To bring forth a child on seeing the preparations for the event.

---

824. சகலனுறவிற் சாண்கோடி பஞ்சமா?

Is not a span of rope to be had? It were preferable to the relationship of those who have married two sisters.

---

825. சமர்த்துள்ளசேவகனுக்கு வாள் பழுதானாலுங் கவ்வையில்லை.

Tho' the sword of the veteran be dull it is of no consequence.

---

826. சட்டிசுட்டதே கைவிட்டதே.

The pan burnt the hand and it dropped it.

---

827. சங்காயிரங்கொண்டு வங்காளம்போனாலுந் தன் பாவந் தன்னோடே.

Tho' one freight his vessel with a thousand chanks and sails to Bengal his own crimes will accompany him.

828. சருகரிக்கநேரமல்லாது குளிர்காய நேரமில்லை.

Time to gather dried leaves but none to warm himself.

---

829. சதகோடிசங்கத்திலே மொட்டைத்தாதனுக்கு வந்தது சாத்திரம்.

It is destined that it happen to a bald headed Brahmin in a company of a hundred crores.

---

830. சன்னப்பன்வீட்டுக்கோழி தானே விலங்கிட்டுக் கொண்டதுபோல.

The fowl of Sannappan the weaver has fettered itself.

---

831. சந்நியாசி கோவணத்துக்கிச்சித்துச் சமுசாரம் மேலிட்டது.

Desiring a girdle the ascetic became a householder.

---

832. சந்திரன் சண்டாளன் வீட்டிலும் பிரகாசிக்கிறன்.

The moon shines even in the house of the wicked.

---

833. சருக்கரைதின்று பித்தம்போனால் கைப்புமருந்தேன் தின்னவேண்டும்!

If bile be removed by eating sugar why eat bitter medicine?

---

834. சமர்த்துக்குச் சனியன்.

Skill is opposed by saturn.

835. சண்டமாருதத்துக் கெதிர்ப்பட்டசருகு.
Dried leaves before a strong wind.

---

836. சதைகண்டு கத்திநாடவேண்டும்.
The knife must be used with due regard to the flesh.

---

837. சடைபிடித்திழுத்தாற் சந்நியாசி கிட்டவருவான்.
The ascetic will come near if pulled by the hair.

---

838. சமையல்வீட்டிலே முயல் வந்தகப்பட்டால் விடுவார்களா?
If a hare be caught in the cook house will they allow him to escape?

---

839. சந்நியாசியைக் கடித்த நாய்க்குப் பின்னாலே நரகமாம்.
It is said that the dog will hereafter go to hell that bit the ascetic.

---

840. சத்தியமேவெல்லும் அசத்தியமே கொல்லும்.
Truth will conquer, but falsehood will kill.

---

841. சந்தையிலடித்ததற்குச் சாட்சியா?
Is a witness needed on the quarrel that happened in the market place?

---

842. சமுத்திரத்துக்குஞ் சாண்குண்டுக்குமெம்மாத்திரம்!
How great is the difference between the sea and a pit a span deep?

843. சத்திரத்துச்சாப்பாட்டுக்கு அப்பையங்கார் உத்தரவோ!

Is the consent of the Brahmin needed in order that one may eat in a choultry?

---

844. சந்நியாசிக்கும் பழயகுணம் போகாது.

The old disposition even of the ascetic will not leave him.

---

845. சளிப்பிடித்ததோ சனியன்பிடித்ததோ!

Has a cold seized him or Saturn?

---

846. சாலாய் வனைந்தாலென்னசட்டியாய்வனைந்தாலென்ன!

What matters it whether made into a jar or a bason?

---

847. சாதுரியப்பூனை மீனிருக்கப் புளியங்காயைக் கொண்டுபோய்விட்டது.

The crafty cat took away the Tamarind fruit tho' the fish was there.

---

848. சாதுரியப்பூனை தயிரிருக்கச் சட்டியைநக்கிற்று.

The crafty cat licked the dish that contained the curds.

---

849. சாடிக்கு மூடிவாய்த்ததுபோல.

As the cover fits the vessel.

850. சாம்பலைத் தின்று வெண்ணெயைப் பூசினது போல.

As one who has eaten ashes rubbed his mouth with butter.

---

851. சாட்டில்லாமற் சாவில்லை.

No death happens without an assignable cause.

---

852. சாவத்துணிந்தவனுக்குச் சமுத்திரம் முழங்கால் மட்டு.

The sea is only knee deep to the man who braves death.

---

853. சாற்றுக்கில்லாத பூசணிக்காய் பந்தலிலே கட்டியாட்டவோ?

Is the pumpkin that is not used for soup to be hung in the shed to be shook?

---

854. சாவாமற்கற்பதே கல்வி பிறரிடத்திலேகாமலுண் பதேயுண்.

It is true learning to learn not to die and real food that is not derived from others.

---

855. சாந்துப்பெட்டி பாம்புப்பெட்டியாயிற்று.

The ointment box has become a snake box.

---

856. சாணேற முழஞ் சறுக்குகிறது.

To advance a span and slip back a cubit.

---

857. சாகிறவரைக்குஞ் சங்கடமானால் வாழுகிறதேக்காலம்?

If till death one has adversity, how is prosperity to be obtained?

858. சாண்பாம்பானாலும் முழத்தடிவேண்டும்.

Though the snake be only a span long, a stick a cubit long is needed to kill it.

---

859. சாதஞ் சிந்தினாற் பொறுக்கலாந் தண்ணீர் சிந்தினாற் பொறுக்கலாமா?

If rice be spilt it may be gathered up, but can water?

---

860. சாணமோநகூடை சவாதுபணவிடை.

Of dung a basket full, of musk a drachm.

---

861. சாகிறநாய் வீட்டின்மேலேறினாற்போல.

As the dying dog ascended the roof.

---

862. சாபிள்ளைப்பெற்றுத் தாலாட்டவா?

Is the still-born child dandled?

---

863. சாபிள்ளைப்பெற்றாலும் மருத்துவிச்சி கூலி தப்பாது.

The midwife will not fail of her hire though the child be still-born.

---

864. சாத்திரம்பொய்யென்றாற் கிரகணத்தைப்பார்.

If astrological calculations be esteemed false, look at the eclipse.

865. சிற்றத்தைபிள்ளையும் பிள்ளையோ சேற்றறையிற் பல்லியும் பல்லியோ?

Is the child of my aunt a child? or is the lizard in the rubbish a lizard?

---

866. சிறியார்க்கினியது காட்டாதே சேம்புக்குப் புளிவிட்டுக்காய்ச்சாதே.

Do not give sweet-meats to the poor, nor cook chambu leaves with acid.

---

867. சிறுமையிற்கல்வி சிலையிலெழுத்து.

The acquirements of youth are like inscriptions on a stone.

---

868. சிவபூசைக்குள்ளே கரடி.

A bear at Siva Pooja.

---

869. சிறுபிள்ளை செய்த வெள்ளாண்மை விளைந்தாலும் வீடுவந்து சேராது.

Though the labour of a child may yield fruit, it will not be brought to the house.

---

870. சினத்தறுத்த மூக்குச் சிரித்தொட்டவொட்டுமோ?

Will the nose severed in anger be attached by laughing?

---

871. சிவியானுக்கடிமைப்பட்டாற் காவவும் வேணுஞ் சுமக்கவும் வேணும்.

If subject to the Sivya, one must bear on the shoulder, and on the head also.

872. சிற்றுணர்வோரென்றுஞ் சிலுசிலுப்பர்.

Those whose acquirements are the least are the most noisy.

---

873. சிறகில்லாப்பறவை.

A bird without wings.

---

874. சிதம்பரசக்கரத்தைப் பேய்பார்ப்பது போல.

As a demon looks at the circle of Chillumbrum.

---

875. சிறுதுரும்பும் பல்லுக்குத்தவுதவும்.

Even a small rush may be of use as a tooth pick

---

876. சிரைத்தாற்கூலி சேவித்தாற் சம்பளம்.

A fee when shaving and wages when serving.

---

877. சிறகுபறிகொடுத்த பறவை போல.

As a bird deprived of its wings.

---

878. சிறுகச் சிறுகத்தின்றால் மலையையுந் தின்னலாம்.

Though eaten by little and little, even a mountain may be consumed.

---

879. சிம்பிலே வளையாதது தடியிலே வளையப்போகுதா?

If not bent in the tender twig, will it be so in the matured branch?

880. சிறுமீனெல்லாம் பெருமீனுக்கிரை.
All little fish are food for great fish.

---

881. சிறுகுழந்தையில்லாதவீடும் வீடல்ல, சீரகமிட்டாக் காதகறியுங் கறியல்ல.
A house without children is not a house, nor is that curry which is without cummin seed.

---

882. சிற்றாள்வேலை எட்டாள்வேலைகொள்ளும்.
The labour of the feeble may be a part of the labour of eight.

---

883. சீனியென்றெழுதிநக்கினாலினிக்குமா!
If you lick the word sugar, will it be found sweet?

---

884. சீலம்பாயிழம்போய்ச் சீனிசதுக்கலைகட்டுமா!
Will an old mat be sent to Ceylon to pack up sugar?

---

885. சீரியர் கெட்டாலுஞ் சீரியர்தான்.
The virtuous though depressed, retain their virtue.

---

886. சீவன்போனாற் கீர்த்தியும்போமா!
Will death extinguish fame?

---

887. சீதைபிறக்கவும் இலங்கையழியவும்.
The birth of Sita is the destruction of Lanka.

---

888. சீக்கிரபுத்தி பலவீனம்.
Hasty counsel is unavailing.

889. சீரங்கத்துக்குப்போகிறவன் ஓரியை மாராப்புப் போட்டது போல
As one going to Seringapatam tied a jackal in a bundle.

890. சும்மாவிருந்தாற் சோறுமா வாடாசித்தா காலாட்டுவோம்.
If we remain in indolence, shall we obtain food? O Sitta! come let us bestir ourselves.

891. சும்மாவிருந்தவம்மையாருக்கரைப்பணத்திற்றலி போதாதா!
Will not a bridal ornament of half a fanam's value be sufficient for an old maid?

892. சுற்றத்துணியுமில்லை, நக்கத்தவிடுமில்லை.
No cloth to put on, and no bran to lick.

893. சுரையிடப்பாகல் முளைக்குமா!
If churie be sown, will pakal spring up?

894. சுமைதாங்கி சுங்கமிறுப்பதில்லை.
The resting-stead pays no taxes.

895. சுண்டைக்காய் காற்பணஞ் சுமைகூலி முக்காற்பணம்.
The price of the chundi fruit is quarter of a fanam, but the charge for bringing it home is three quarters of a fanam.

896. சுகத்துக்குப் பின்துக்கந்துக்கத்துக்குப் பின்சுகம்.
Grief after joy, and joy after grief.

---

897. சுகதுக்கஞ்சுழல் சக்கரம்.
Prosperity and adversity are a revolving wheel.

---

898. சுங்கமுங் கூழுமிருக்கத்தடிக்கும்.
Taxes and gruel continually grow thicker.

---

899. சுடலைஞானம்.
Pious reflections at the funeral pile.

---

900. சுகத்தைப்பெற்றதுமல்லத் தவத்தைப்பெற்றதும
ல்ல.
Health is not recovered, nor is penance effected.

---

901. சுட்டமண்ணும் பச்சைமண்ணுமொட்டுமோ?
Will burnt and moist clay cohere?

---

902. சுத்தவீரனுக்குயிர் துரும்பு.
Life is a rush to the really courageous.

---

903. சுடுகெண்டைக்காகக் காவேரியையுடையாதே.
Do not break down the banks of the Cauvery in order to obtain a small fish.

---

904. சுவரிருந்தாற் சித்திரமெழுதலாம்.

Where there is a wall, figures may be painted.

---

905. சுகம்வந்தாற் சந்தோஷப்பட்டுந் துன்பம் வந்தாற்பின்வாங்குவானேன்?

Since he is elated when in health, why does he shrink in sickness?

---

906. சுருதிசுகானுபோக மூன்றுமொத்தால் முத்தி.

When knowledge, happiness and experience (as the fruit of action) harmonize, final emancipation ensues.

---

907. சுடலையிற்போனபிணந்திரும்புமா?

Will the body that has been cast into the funeral pile return?

---

908. சும்மாகிடைக்குமா சோணசலன்பாதம்?

Will the feet of Chonasalan be obtained without effort?

---

909. சுண்டைக்காயிலேவைக்கிறது பாதி கடிக்கிறதுபாதியா?

To preserve one half of the chundi fruit must you eat the other?

---

910. சுக்கறியாதகஷாயமுண்டா?

Is there any impression without dried ginger?

---

911. சூதானத்துக்கழிவில்லை.
Excessive care prevents destruction.

---

912. சூரியனைக்கையால் மறைத்தது போல.
As the sun was concealed by the hand.

---

913. சூடுகண்டபூனை அடுப்படிக்குச் செல்லாது.
A cat once burnt will shun the fire.

---

914. சூரியனைக்கண்ட பனிபோலேயிருந்தது.
It was like the dew that had seen the sun.

---

915. சூரியனைக்கிரகணம்பரிசித்ததுபோலுன்னைச் சனி தொடர்ந்தது.
Like the sun eclipsed, you are under the influence of Saturn.

---

916. சூரியனுடைய பிரகாசத்துக்குமுன்னே மின்மினி விளங்கமாட்டாது.
A glow-worm glitters not in the sun.

---

917. சூடடிக்கிறமாட்டின் வாயைக்கட்டலாமா?
Is the mouth of the ox that treads out the corn muzzled?

---

918. சூத்திலேயடிக்கப்பல்லுப்போயிற்று.
Teeth lost, by being beaten on the bottom.

---

919. செய்தவினைசெய்தவர்ககெய்திடும்.
The effect of moral action will terminate on the actor.

---

920. செல்வஞ்செருக்குகின்றது, வாசற்படி வழுக்குகின்றது.
Wealth inflates, and the door steps are the occasion of ones sliding.

---

921. செட்டியார்சிங்காரிக்கிறதற்குள்ளே பட்டணம்பறி போகின்றது.
Before the merchant had adorned himself, the city is taken as a spoil.

---

922. செட்டியாரேவாருஞ் சந்தையையோட்டுக்கொள்ளும்.
Come merchant and take possession of your stall.

---

923. செருப்புச்சின்னனென்றுகாலைக்குறைப்பார்களா!
Will they make the feet less, because the shoes are small?

---

924. செத்தவாடுகாற்பணஞ் சுமைகூலி முக்காற்பணம்.
Three quarters of a fanam for carrying a dead sheep, worth a quarter of a fanam.

---

925. செத்தவன் பெண்சாதியை இருந்தவன்கைக்கொண்டாற்போல.
As the survivor took the wife of the deceased husband.

---

926. செட்டியை நீலிதொடர்ந்ததுபோல.
As the demon Neeli pursued the merchant.

---

927. செவிடன்பாட்டுக்கேட்ட சம்பந்தம்.
As the deaf heard the song.

---

928. செத்தபாம்பை ஆட்டுகிறன்.
He charms the dead snake.

---

929. செய்யுந்தொழிலெல்லாஞ் சீர்தூக்கிப் பார்க்கில் நெய்யுந்தொழிலுக்கு நிகரில்லை.
Of all the arts, when attentively considered, weaving will be found unequalled.

---

930. செல்வன் சொல்லுக்கஞ்சான், வீரன்போருக்கஞ்சான்.
The rich fears not words, nor the veteran war.

---

931. செத்தவனங்கையிலே வெற்றிலைகொடுத்த சம்பந்தம்.
As beetle given into the hand of the dead.

---

932. செத்தமாட்டை அறுக்காத கத்தி.
A knife that will not cut the dead cow.

---

933. செத்தவன் பிள்ளையிருந்தவனுக்கடைக்கலம்.
The child of the dead is an asylum to the living.

---

934. செலவில்லாத சிங்காரம்போல.

Like decorations that cost nothing.

---

935. செத்தாற்றெரியுஞ் செட்டியார்வாழ்வு.

When dead, the condition of the merchant will be apparent.

---

936. செத்தபிணத்துக்கருகே சாய்பிணமழுகிறது.

Dying bodies weeping by the dead.

---

937. செருப்புக்கோள்ளுகிறது காலுக்கோ தலைக்கோ?

Are sandals to be bought for the feet or for the head.

---

938. செத்தவன் மேற்கேகிடந்தாலென்ன கிழக்கேகிடந் தாலென்ன?

What matters it whether the head of the corpse be laid to the east or west?

---

939. செத்தபிணத்துக்குக்கண்ணேன் சிவசிவ ஆண்டி க்குப்பெண்ணேன்?

Of what use is an eye to the dead, or a wife to the mendicant of Siva?

---

940. செல்லப்பிள்ளை சீலையுடாதாம் பிள்ளைப்பெறு மட்டும்.

The child of the wealthy going naked till she bears a child.

---

941. செலவோடுசெலவு கெந்தபொடிக்குக்காற்பணம்.
Add to your expenses a quarter of a fanam for fragrant powder.

---

942. செங்கோல்கோடவெங்குங்கோடும்.
Obliquity in the ruler leads to general depravity.

---

943. செல்லாப்பணமெங்குஞ் செல்லாது.
Bad coin will not pass any where.

---

944. செட்டிக்குவெள்ளாண்மை சென்மப்பகை.
There is a radical contrariety between agrigulture and a merchant

---

945. செம்பாலைக்குக்கரும்பாலைவலிது.
Black iron wood is stronger than red.

---

946. செருப்பாலடித்துக் குதிரையுங் குடையுங்கொடுக்கிறது.
A horse and umbrella to one after beating him.

---

947. செட்டிக்குமிறுத்துப்பைக்குமிறுத்தேன்.
I paid both the Chitty and the bag.

---

948. செய்தார்க்குச் செய்வதுசெத்தபிறகோ!
Shall benefits be requited after death?

949. சென்மக்குருடனுக்குக்கண்கிடைத்ததுபோல.

As one born blind received sight.

950. செம்புநடமாடினுற் குயவன் குடிபோய்விடுவான்.

When metal utensils are used, potters may remove their residence.

951. சேற்றிலே புதைந்தயானையைக் காகமுங் குட்டும்.

Even the crow will assault with its bill the elephant that sticks in the mud.

952. சேதநினைவிற்குப் பூதஞ் சிரிக்கும்.

A demon will laugh at a destructive thought.

953. சேற்றிலே நாட்டியகம்பம்போல.

Like a pole fixed in mud.

954. சேற்றிலே கிடக்கிற எருமையைத் தூக்குவானே!

Will he lift up the buffalo that lies in the mud.

955. கைக்கனைகாட்டிச் சண்டைக்கழைக்கிறன்.

He calls me to fight by beckoning with the hand.

956. சொருகிக்கிடந்த அகப்பையுஞ் சோறள்ளப்புறப்பட்டது.

The ladle that was thrust into the thatched roof as useless is gone to serve out rice.

---

957. சொல்வார்சொன்னாற் கேட்டார்க்குமதியில்லையா?

When another speaks has the hearer no understanding.

---

958. சொன்னத்தைச் சொல்லுங்கிளி.

A parrot that repeats what was said.

---

959. சொல்லிச் செய்வார் நல்லோர், சொல்லாமற்செய்வார் பெரியோர், சொல்லியுஞ்செய்யாரசடர்.

They who say and do are good; they who say not and do are great, but they who say and do not are bad.

---

960. சொன்னதிருக்கச் சுரைபிடுங்குகிறாய்.

Neglecting what is commanded thou pluckest gourds.

---

961. சொற்கத்தேபோகிலுங் கக்கத்தேறட்டணமேன்?

Of what use is a spinning wheel to one who is going to heaven?

---

962. சொன்னால்வெட்கமழுதாற்றுக்கம்.

When speaking, ashamed; and when weeping, grieved.

963. சோறிடுகிறவன்றன்னாளானாலடிப்பந்தியென்னதலைப்பந்தியென்ன!

When the distributor of rice at the feast is one's own servant, what matters it whether we have the lowest or the highest seat.

---

964. சோற்றைக்கொடுத்துக் கழுத்தையறுக்கிறது.

To cut the throat after giving rice.

---

965. சோற்றிலே கல்லெடுக்கமாட்டாதவன் மோகனக் கல்லெடுப்பானோ!

Will he who cannot pick out a stone from rice lift the transverse stone of a temple vestibule.

---

966. சோற்றுச்சறையோடுதோற்றிவந்த நுள்ளான்.

The ants appeared with the bundle of rice tied up in leaves.

---

967. சோற்றுக்குக் கேடுமண்ணுக்குப்பாரம்.

Loss to the rice and weight to the earth.

---

968. சோம்பேறிக்கு வாழைப்பழந் தோலோடே

A plantain fruit unpealed to the indolent.

---

969. ஞானமெல்லாமொருமுட்டை உலகமெல்லாமொரு கோட்டை.

All wisdom is a bundle and all the world is a fortress.

970. தம்பிகால்நடையே பேச்சுப் பல்லக்கிலே.

The fellow walks on foot, but his words are in a palankeen.

---

971. தழைந்த மரத்துக்கு நிழலுண்டு பிள்ளைப்பெற்றவ ளுக்குப் பாலுண்டு.

A flourishing tree affords a shade; and a woman who has born a child has milk.

---

972. தலையிலெழுத்திருக்கத்தந்திரத்தால் வெல்லலாமா?

Can we overcome by stratagem when fate has determined otherwise?

---

973. தம்பிபேச்சைத் தண்ணீரிலேயெழுதவேண்டும்.

The talk of the fellow ought to be written in water.

---

974. தனக்குப் பிறந்தபிள்ளை தவிட்டுக்கழுகிறதாம் ஊ ரார்பிள்ளைக்கூட்டுக் கலியாணமாம்.

It is said that her own child cries for bran, whilst another's is distinguished by festivities.

---

975. தகப்பன்வெட்டின கிணறென்று தலைகீழாய் விழு வார்களா?

Will they leap into the well because it was dug by the father?

---

976. தன்னப்பந்தன்னைச்சுடும் ஒட்டப்பம்வீட்டைச்சுடும்.

Her own bread will burn herself, and the cake baked in the chatty will burn the house.

977. தலையெழுத்துக்குத்தலையைச்சிரைத்தாற்போகுமா?

Will the destiny inscribed on the scull be averted by shaving the head?

978. தன்வினைதன்னைச்சுடும்.

The deeds of man will burn himself.

979. தவிடுதின்பவனை எக்காளமூதச்சொன்னாற்போல.

Like requesting the man who eats bran to blow a trumpet.

980. தட்டான்தாய்ப்பொன்னிலும் மாப்பொன்களவெடுப்பான்

The gold-smith will not fail to steal a twentieth part of the gold confided to him, even though given to him by his mother.

981. தடிக்குமிகுந்த மிடாவா?

Are there any earthen pots that will resist the blows of a stick?

982. தலையிருக்க வாலாடுமா?

Will the tail wag whilst the head is there?

983. தங்கமுடிசூட்டினாலுந் தங்கள் குணம்விடார்கசடர்.

The low will not abandon their inclinations although invested with a golden crown.

---

984. தட்டிப்பேசுவாரில்லாதிருந்தாற் றம்பிசண்டப்பிறசண்டம்.

Most eloquent when no one is found to dispute.

---

985. தன்னூர்க்கியானை அயலூருக்குப்பூனை.

An elephant in his own country and a cat in a strange country.

---

986. தன் வாயாலேதான்கெட்டான்.

He perished by his own word.

---

987. தலைமேலே தலையிருக்கிறதா?

Is there a head above the head?

---

988. தன்னைப்புகழாத கம்மாளனுமில்லை.

There is no smith who does not boast of himself.

---

989. தங்கத்தைக் குவிக்கிறேனென்றாலுந் தன்புத்திவிடுகிறதில்லையென்கிறன்.

He persists in his judgment although I say I am heaping up gold.

990. தன்குற்றமிருக்கப் பிறர்குற்றம்பார்க்கிறதா!

Is it to censure others whilst guilty himself?

---

991. தலைகீழாயிருந்து தபசுசெய்தாலுங் கூடுகிறகாலம் வந்துதான்கூடவேண்டும்.

Although one perform the most abject penance he must wait the appropriate time for effecting his purpose.

---

992. தன்னிலத்திற்றுமுயல் தந்தியிலும்வலிது.

Even the hare in his own place is stronger than an elephant.

---

993. தண்டிலேபோனாலிரண்டிலேயொன்று.

When going to war one of two.

---

994. தனக்குச் சந்தேகம் அடைப்பைக்காரனுக்கிரட்டைப்படி.

Uncertain of a supply for himself, a double portion for his servant.

---

995. தன் பெண்டாட்டியைத்தானடிக்கத் தலையாரியைச் சீட்டுக் கேட்ட சம்பந்தம்.

As one asked a warrant of the magistrate to beat his own wife.

---

996. தனக்கழகு மொட்டை பிறர்க்கழகு கொண்டை.

Personal comfort is secured by a shaven head, but the knot is more beautiful to the eyes of others.

---

997. தன்பலங்கொண்டம்பலமேறவேண்டும்.

One must gain ascendency in the assembly by one's own strength.

---

998. தன்பல்லைக்குத்திப் பிறர்மூக்கில் வைக்கலாமா?

Is it right to pick his own teeth and put the dirt to the nose of another?

---

999. தன்வீட்டுக்கதவைப் பிடுங்கி அயல் வீட்டுக்குத்தைத்தாற்போல.

Like breaking down his own door and placing it in a neighbour's house.

1000. தவிட்டைநம்பிப்போகச்சம்பாவரிசியைநாய்கொண்டுபோயிற்று.

Going in quest of the expected bran his fine rice was carried off by the dog.

1001. தட்டானுஞ்செட்டியுமொன்று சட்டியும்பானையுமண்.

The goldsmith and merchant are one and the bowl and the bason are clay.

1002. தச்சவீட்டிற் பாற்சோற்றை நச்சாதே வெள்ளாளா.

O husbandman! covet not the rice milk of the carpenter.

1003. தட்டார்தெருவிலூசிமாற்றலாமா?

Can a needle be changed in the silver-smith street?

1004. தன்னூருக்கன்னம் பிறவூருக்குக் காகம்.

A swan in his own and a crow in a foreign country.

1005. தலைக்குமிதந்த தண்ணீர் சாணோடியென்னமுழ மோடியென்ன?

If the water be above the head it is of no consequence whether it be a span or a cubit.

1006. தகப்பனுக்குக்கட்டக்கோவணத்துக்குவழியில்லை மகன் தஞ்சாவூர்மட்டுநிலபாவாடைபோடச் சொன்னானும்.

It is said that the son requested cloth to be spread on the road to Tanjore whilst his father was destitute of a waist cloth.

1007. தலைக்குத்தலைநாயகம்.

Each one superior to the other.

1008. தண்ணீரிலிருக்கிற தவளை குடித்ததைக்கண்டதா
ர் குடியாததைக்கண்டதார்.

Who knows whether the frog in the water drank the water or not.

1009. தயிருக்குச்சட்டியாதாரஞ் சட்டிக்குத்தயிராதாரம்.

The bowl supports the curds and the curds support the bowl.

1010. தன்வீட்டுவிளக்கென்று முத்தமிட்டாற் சுடாதா?

Because his own, will not the flame of a lamp burn him who kisses it?

1011. தலைவமயக்கஞ் சருவமயக்கம்.

All is confusion when the chief is deluded.

1012. தனக்கு மிஞ்சினது தன்மம்.

What is left belongs to charity.

1013. தன்னைக்கொல்லவருகிற பசுவைக்கொல்.

Kill even the cow that attempts to kill you.

1014. தனக்கென்னச்சொன்னால் நாய்வெடுக்கென்னப் பாயும்

No matter what advice it may receive, the dog flies at one.

1015. தம்பியுழுவான் மேழியெட்டாது.

The youngster can plough but cannot reach the handle of the plough.

1016. தன்னுயிர்போல மன்னுயிர்க்கிரங்கு.

Regard the lives of others as your own.

1017. தவளை தன்வாயாற்கெடும்.

The frog is destroyed by its own mouth.

1018. தண்ணீர்வெந்நீரானாலுநெருப்பையவிக்கும்.

Though water be heated it will quench fire.

1019. தம்பிபிறக்கத்தரைமட்டமாயிற்று.

When the youngster was born all was destroyed.

1020. தன்மமேதலைகாக்கும்.

Charity will preserve the head.

1021. தன்னுயிரைத்தான்தின்றான்.

He consumed his own life.

1022. தலைமேலேயடித்தாலுந் சற்றுங்குனியாய்.

Though hit on the head thou dost not stoop.

1023. தலைசொறியக்கொள்ளி தானே தேடிக் கொண் டாய்.

Thou hast procured a fire-brand to scratch thy head.

1024. தலைவலிக்குத் தலையணையை மாற்றிப்போட்டாற் போமோ?

Will the head-ache be cured by changing the pillow?

1025. தம்பியுடையவன் படைக்கஞ்சான்.

He who has a brother will not quail before a host.

1026. தலைநட்டுச் சமுத்திரமேலோடலாமா?

Can one walk through the sea on his head?

1027. தன்னையறியாச்சன்னதமுண்டா?

Though a demoniac he knows himself.

1028. தருமத்தைப்பாவம் வெல்லாது.
Sin will not conquer virtue.

1029. தனக்கு மூக்குப்போனாலுமெதிரிக்குச் சகுனப்பி ழைவேண்டும்.

Though one lose his own nose, he is determined to present his adversary with a bad omen.

1030. தன்னூரிற்பேச்சுப்பிறவூருக்கேச்சு.

The dialect of one country is barbarous in the estimation of another.

1031. தண்ணீரிலே விளைந்த உப்புத் தண்ணீரிலே கரையவேண்டும்.

The salt that has been produced by water dissolves in water.

1032. தனக்கென்றாற் புழுக்கைகலங்கழுவியுண்ணாது.

If for himself, the servant will not wash his dish as a preparation for eating.

1033. தண்ணீரிலமுங்கின முட்டை உப்புப்போடக்கிளம்பும்.

The egg that is immersed in water will rise, if salt be added.

1034. தலையோடேபோகிறது தலைப்பாவோடேபோனது.

That which was intended for the head befell the turban.

1035. தங்கந்தரையிலே ஒருகாசு நாரத்தங்காயுறியிலே.

Whilst the gold is on the ground, the wild orange worth but a cash is on a swinging tray.

1036. தகப்பன்பட்டம்பிள்ளைக்கல்லவா?

Does not the child share the honours of its father?

1037. தன்னாலேதான்கெட்டாலண்ணாவியென்ன செய்வான்?

If one perish by his own act, what can the teacher do?

1038. தம்பிசமர்த்தன் உப்பில்லாக்கஞ்சிகலங்குடிப்பான்.

The fellow is clever: he can drink a gallon of canjy without salt.

1039. தலையிடியுங்காய்ச்சலுந்தனக்குவந்தாற்றெரியும்.

When he shall have the head-ache and fever himself, he will know what they are.

1040. தடவிப்பிடிக்கமயிரில்லை, அவன்பேர் சவுரியப்பெருமாள்.

Having no hair by which to be seized, he is called a hero.

1041. தன்னூர்ச்சுடுகாட்டுக்குமயலூராற்றுக்குமஞ்சவேண்டும்.

One ought to fear the burning place in his own, and rivers in a foreign country.

1042. தனக்காகாதபானை உடைந்தாலென்ன தகர்ந்தாலென்ன!

What matters it how a useless vessel be broken?

1043. தவிட்டுக்கு வந்த கை தனத்துக்கும் வரும்.

The hand that purloined the bran, will be stretched out for gold.

1044. தலையிடித்தாற்றுழக்குனிவான்.

If his head ache, he will bow down.

1045. தண்ணீருமூன்றுபிழைபொறுக்கும்.

Even water will afford three opportunities for escape.

1046. தலைக்கேறினாற்றனக்குத்தெரியும்.

If it ascend to the head himself will know it.

1047, தயிர்ப்பானையையுடைத்துக் காகத்துக்கமுதிட்டாற்போல.

Like breaking the bowl of curds and giving it to the crows.

1048. தாய்தூற்றினாலூரார் தூற்றும், கொண்டவன்தூற்றினாற் கண்டவன்தூற்றுவான்.

If the mother vilify, the whole country will do so; if the husband vilify, all will so treat his wife when they see her.

1049. தாய்முகங்காணாத பிள்ளைபோல

Like a child who sees not its mother's face.

1050. தாயும்பிள்ளையுமானாலும் வாயும்வயிறும்வேறு.

Though they are mother and child, the mouth and belly are different.

1051. தாயைப்போற்பிள்ளை நூலைப்போற் சீலை.

The child is like its mother and the cloth is like the yarn.

1052. தாயைப்பழித்துமகள் அபசாரியாடுகிறது.

The daughter abuses her mother while she herself is committing whoredom.

1053. தாடிக்குப்பூச்சுற்றலாமா?

Shall the beard be adorned with flowers?

1054. தான்போய்மோரில்லையென்று தயிருக்குச் சீட்டெழுதினானாம்.

It is said that having gone himself without obtaining butter milk, he wrote for curds.

1055. தாய்க்குதவிளைந்தாலுந் தனக்குதவிளையவேண்டும்.

A supply must be yielded for himself as well as his mother.

056. தான்போக வழியைக்காணாமல் மூஞ்சூறுவிளக்குமாற்றையுங் கவ்விக்கொண்டுபோனதாம்.

The musk rat not having a way for itself carried away the broom.

1057. தாய்வார்த்தைகேளாதபிள்ளை நாய்வாயிற் சீலை.

A child not obedient to its mother is like cloth in a dog's mouth.

1058. தாமரையிலைத்தண்ணீர் போல.

As water on the lotus leaf.

1059. தாபரமில்லாவிளங்கொடிபோல.

As a tendril without support.

1060. தான்சாகமருந்துண்பாரில்லை.

There are none who take medicine in order that he may die.

1061. தானறியாச் சிங்களந்தன்பிடரிக்குச் சேதம்.

The Cingalese through ignorance brought punishment to his own back.

1062. தாயில்லாப்பிள்ளையைத் தலையிலே தட்டலாமா?

Is it fit to beat on the head the motherless child?

1063. தாய்கையிற் பொன்னிலுந் தன்கையிற்றவிடு நன்று.

The bran in his own, is better than gold in his mother's hand.

1064. தாய்முலைப்பாலுக்குப்புப்பார்த்தாற் போல.

As the child tastes its mother's milk to see if it is salt.

1065. தான்கள்வன் பிறரை நம்பான்.

Himself a thief he trusts not others.

1066. தாய்க்குப்பிறகு தாரம்.

Next to the mother is the wife.

1067. தான்றிக்காயிற் சனியன் புகுந்ததுபோல.

As the Saturn entered into the Tandy fruit.

1068. தான்சம்பாதித்தாற்றனக்குதவும் ஊர்சம்பாதித்தாலுதவமாட்டாது.

If acquired by himself it will be of value, but if by the community it will not avail him.

1069. தாய்க்குச்சோறிடுகிறதூருக்குப்புகழ்ச்சியா?

Is the fame of supporting a mother to be spread through the country?

1070. தான்தேடாப்பொன்னுக்குமாற்றுரையில்லை.

He is not careful to test gold not acquired by his own effort.

1071. தாய்தவிட்டுக்கழுகையில் பிள்ளையிஞ்சிப் பச்சடி கேட்கின்றது.

Whilst the mother cries for bran, the child asks for chitny.

1072. தானாய்க்கனியாதகனி தடிகொண்டடித்தாற்கனியுமா?

Will the fruit ripen by being beaten with a stick that does not ripen spontaneously?

1073. தாயேழடிப்பாய்ந்தால்மகளெட்டடிப்பாய்வாள்.

If the mother leap seven feet, the daughter will leap eight.

1074. தாயொருபாக்குத்தானே கமுகந்தோப்பு.

The mother is a mere aricanut, but the daughter is a grove of aricanut trees.

1075. தாதனும்பறையனும்போல.

Like Tathan and the Parian.

1076. தானாகவந்தசீதேவியைக் காலாலுதைத்துத்தள்ளலாமா?

Is it fit to kick the goddess of prosperity that came of her own accord?

1077. தானொன்றைநினைக்கத் தெய்வமொன்றை நினைத்தது.

Whilst we meditate one thing, God determines another.

1078. தான்செத்துலகங்கவிழ்ந்தாலென்னநிமிர்ந்தாலென்ன.

What matters it after his death whether the world is erect or turned upside down.

1079. தாயைப்பார்த்து மகளைக்கொள்.

Marry the daughter on knowing the mother.

1080. தாய்புமறுதல் தோண்டியுமோட்டை.

It is a rope, but rotten; it is a bowl, but cracked.

1081. தானுமுண்ணான் பிறருக்குங்கொடான்.

He will not eat himself, nor give to others.

1082. தாய்க்குமூத்துத் தகப்பனுக்குவிளக்குப்பிடிக்கிறது.

Senior to his mother, and holding the lamp for his father.

1083. தாய்தனக்காகாதமகளார்தனக்கு நல்லவள்?

Who will esteem the daughter that is not regarded by her mother?

1084. தாட்டோட்டக்காரனுக்குத் தயிருஞ்சோறும், விசுவாசக்காரனுக்கு வெந்நீருஞ்சோறும்.

Curds and rice for the disorderly, and warm water and rice for the virtuous.

1085. தான்றின்னத்தவிடில்லை, வாரத்திற்கு வளர்க்கப் பன்றிக்குட்டி.

He has no bran to eat himself and yet feeds young pigs for hire.

1086. தான்பத்தினியானால் தேவடியாள்தெருவிலுங் குடியிருக்கலாம்.

If one be chaste she may dwell even in a street of harlots.

1087. தான்றின்னிபிள்ளைவளர்க்காள் தவிடுதின்னிகோழிவளர்க்காள்.

The woman who eats voraciously will not rear children, nor will she who eats bran rear fowls.

1088. திரளெலி வளையெடாது.

A multitudes of rats will not make holes.

1089. திறந்தவீட்டிலே நாய்நுழைந்தாற்போல.

As the dog entered the open house.

1090. தின்றமண்ணுக்குத்தக்க சோகை.

The jaundice will be in proportion to the sand eaten.

1091. தினைவிதைத்தவன் தினையறுப்பான், வினைவிதைத்தவன் வினையறுப்பான்.

He who sows small grain reaps the same; and he who sows actions reaps the effects.

1092. திக்கற்றவனுக்குத் தெய்வந்துணை.

God is the help of the helpless.

1093. திருடனுக்குத் தெய்வமேசாட்சி.

God is a witness against the thief.

1094. தினவுக்குச் சொறிதலிதம்.

Scratching is agreeable when one itches.

1095. திருவன்கண்ட பச்சையாய்ப்போயிற்று.

It is gone as the emerald found by the jester.

1096. தின்றநஞ்சுகொல்லுந்தின்னாதநஞ்சுகொல்லுமா!

Poison swallowed will kill; will that which is not eaten kill?

1097. திருவிளக்கிட்டாரைத் தெய்வமறியும்; நெய்வார்த் துண்டாரை நெஞ்சறியும்.

God knows those who dedicate to him the sacred lamp, and the mind knows those who eat food prepared with ghee.

1098. திங்களுஞ் சனியுந் தெற்கே நோக்கவேண்டும்.

On monday and saturday look south.

1099. தின்கத்தெரியாமற்றின்பானேன்?

Why do you eat, if you do not know how?

1100. திருட்டு நாய்க்குச் சலங்கை கட்டினாற் போல.

As a bell was tied to the thieving dog.

1101. திண்ணைக்குவிடிந்தால்வீட்டுக்குவிடியும்.

If day have dawned on the portico, it has dawned on the house.

1102. திருடிக்குத்தெய்வமில்லை அபசாரிக்காணையில்லை.

The thief regards not God, nor does a harlot an oath.

1103. திருட்டுப்பூனைக்குப்போடுதேங்காய்ப்பாலுஞ்சோறும்

Place cocoanut milk and rice for a thieving cat.

1104. தீவினைசெய்யிற் பேய்வினைசெய்யும்.

Devils will injure those who are vicious.

1105. தீட்டின மரத்திலேயோ கதுமைபார்க்கிறது.

Is the keenness of the knife to be tested on the knife board?

1106. தீராக்கோபம்பாடாய் முடியும்.

Raging anger ends in ruin.

1107. தீராவழக்கிற்குத் தெய்வந்துணை.

God is the arbitrator of inscrutable cases.

1108. தீரார்நெஞ்சுக்குத் தெய்வந்துணை.

God is the help of the distressed mind.

1109. தீக்குக்காற்றுதவியானது போல.

As the wind aided the fire.

1110. துணைப்போனாலுக் பிணைப்போகாதே.

Though you lend your aid, do not become a surety.

1111. துள்ளுமான் துள்ளித்துரவில்விழுந்தது.

The bounding deer leaped into the pit.

1112. துறவிக்கு வேந்தன்றுரும்பு.

The devotee estimates royalty as a rush.

1113. துள்ளினமாடு பொதிசுமக்கும்.

The restiff ox will carry its burden.

1114. துள்ளாதேதுள்ளாதே ஆட்டுக்குட்டி என்கையிலிருக்கிறது பிச்சாக்கத்தி.

Leap not, leap not, O lamb! the knife is in my hand.

1115. துழாவிக்காய்ச்சாதது கஞ்சியுமல்ல விஞவிக்கட்டாதது கலியாணமுமல்ல.

The unstirred canjy is not good, nor is a marriage without due counsel.

1116. துரும்புதூணுனுற் றூணெவ்வளவாகவேண்டும்!

If a rush be a pillar, what must the pillar be?

1117. துருக்கதெருவிலே திருவெம்பாவையா!

May the feast of Tirruvempavi be celebrated in the musselmans' street?

1118. துரும்பைத் தூணுக்குகிறதா?

Is a rush to be made into a pillar?

1119. துணிந்தார்க்குத் துக்கமுண்டா?

Do the daring grieve?

1120. துடைத்தவிடத்திற்றசை யெடுத்துப் போடுவேன்.

I will remove the flesh from the place that has been cleaned.

1121. துட்டப்பிள்ளைக் கூரார் புத்திசொல்லுகிறது.

The vicious child is corrected by any one.

1122. துணிந்தானுக்குத் துக்கமில்லை; அழுதவனுக்ககங் காரமில்லை.

The daring have no grief, nor have the sorrowful pride.

1123. துரோபதியைத் துகிலுரிந்ததுபோல.

As Tropathy was deprived of her cloth.

1124. துர்ச்சனனைக்கண்டாற்றூரநில்.

Stand aloof from the vicious.

1125. தூரத்திற்றண்ணீராவத்துக் குதவாது.

The distant water avails nothing in extremities.

1126. தூண்டிற்காரனுக்குக் கண்ணெங்கே மிதப்பில
ல்லவோ!

Upon what is the eye of the angler fixed? is it not upon his raft?

1127. தூரப்போகவேணுமோ கீரைப்பாத்தியிற் கை
வைக்க.

Is it necessary to go to a great distance to put the hand into the bed of herbs?

1128. தூக்குண்டானால் நோக்குண்டு.

When a present is borne, a favourable look will be obtained.

1129. தூங்கினவன் கன்று கடாக்கன்று.

The calf of the sleeper was a male.

1130. தூக்கணாங்குருவி குரங்குக்குப் புத்திசொன்னாற்
போல.

As the penduline bird gave advice to the monkey.

1131. தெய்வம்விடைகொடுத்தாலும் பூசாரிவிடைகொ
டான்.

Though the god responds, the priest responds not.

1132. தென்றல்முற்றிப் பெருங்காற்றாயிற்று.

The soft south wind became a great wind.

1133. தென்னமரத்திலே தேள்கொட்டப் பனைமரத்தி லே நெறிகட்டினதுபோல்.

As the scorpion stung the cocoanut tree and the palmira swelled in consequence.

1134. தெற்கேயடித்த காற்றுத் திரும்பியடியாதோ?

The south wind that blew, will it not change and blow again?

1135. தேங்காய் தின்றவன் தின்னக் கோம்பை சூப்பின வன் தெண்டமிறுக்கிறதோ!

Whilst he who ate the pulp of the cocoanut goes free, shall he who sucked the rind be fined?

1136. தேன்தொட்டார் கைநக்காரோ?

Will they not suck the hand who have touched honey?

1137. தேள்நெருப்பில் விழுந்தால் எடுத்து விட்டவனைக் கொட்டும்.

A scorpion that falls into the fire, will sting even the man that helps it out.

1138. தேய்ந்தாலுஞ் சந்தனக்கட்டை மணம்போகாது.

Friction removes not the scent of the sandal wood.

1139. தேடுவாரற்றபிணந் தெருவோடே தெருவோடே.

The corpse that has no one to bury it is in the street.

1140. தேடியபூடு காலிலே தடக்கினது.

The herb that is sought entangled the foot.

1141. தேன்வார்த்து வளர்த்தாலுங் காஞ்சிரந் தெங்காகுமோ!

Though the Kanchurie be watered with honey, will it become a cocoa tree?

1142. தேனுந் தினைமாவுந் தேவருக்கற்பிதம்.

Honey and the flour of small grain are offered to the gods,

1143. தேடித்தின்றவர் தெய்வத்தோடொத்தவர்.

Those who eat what they have earned are like gods,

1144. தேசங்கடோறும் பாஷைகள்வேறு.

Languages differ in different countries,

1145. தேனொழுகப் பேசுவான்.

He will so speak that honey may distil.

1146. தேனைத்தொட்டியோ நீரைத்தொட்டியோ?

Have you touched honey or water?

1147. தேவடியாள் சிங்காரிக்குமுன்னே தேரோடி நிலையில் நின்றது.

Before the woman of the idol had adorned herself, the car had finished its round.

1148. தேவடியாள்வீட்டிற்றிவசங் கொடுத்தது போல,

As votive offerings were given in the house of the prostitute.

1149. தேனுண்டானால்ஈதேடிவரும்

If there is honey, the flies will discover it.

1150. தைத்தவாயிலுமிருக்கத் தாணித்தவாயிலுமிருக்க வெங்காலேபோனீருப்பனாரே.

O salt! how didst thou go? the mouth of the bag through which thou wast put, is closed, and the rent sowed, is firm.

1151. தொட்டிலிற்பேய் சுடுகாடுமட்டும்.

The demon that attends the child in the cradle follows it to the funeral pile; i. e. bad habits acquired in youth are inveterate,

---

1152. தொட்டுக்காட்டாதவித்தை சொட்டுப்போட்டாலும்வராது.

An art not taught by practical instruction will not come even by blows.

1153. தொட்டிலிற் பிள்ளைக்கு நடக்கிறபிள்ளை நமன்.

The child that can walk is as death to the infant in the crib.

1154. தொண்ணூறுகடனோடே துவரம்பருப்புக் காற்பணம்.

With ninety debts, one of a quarter of a fanam for a pea.

1155. தோணிபோகத் துறைகிடக்கும்.

The ship recedes and the shore is stationary.

1156. தோளிலிருந்து செவியைக்கடிப்பான்.

Sitting on the shoulder, he will bite the ear.

1157. தோலிருக்கச் சுளைவிழுங்கி.

He will swallow the jackfruit with its rind.

1158. தோட்டநிலைத்தல்லவோ தென்னம்பிள்ளைவைக்க வேண்டும்.

After securing possession of the garden, he must plant cocoanut trees, must he not?

1159. நரியூரைவிட்டுப் புலியூருக்குப்போனேன் புலியூருந் நரியூராயிற்று.

I left the resort of foxes and went to that of the tiger; and the resort of the tiger became that of foxes.

1160. நஞ்சு நாற்கலம் வேண்டுமோ?

Is four quarts of poison necessary?

1161. நனைந்தகிழவிஅடுப்படிக்கு வந்தால் இருந்தவிறகிற்குச் சேதம்.

If a wet old woman come into the kitchen, the fire wood will be injured.

1162. நக்குகிற பொழுது நாவெழும்புமா?

When licking, will the tongue rise?

1163. நன்மாட்டிற்கோர்சூடு, நற்பெண்டாட்டிக்கோர் வார்த்தை.

Once branding is enough for the good cow, and one word of admonition is sufficient for a good wife.

1164. நம்பினவரை நடுவாற்றிற் கைவிடலாமா?

Is it right to abandon in the midst of the river those who have confided in us?

1165. நகரைக்குப் பேத்தை வழிகாட்டுகிறதோ!

Can the frog direct the way of the nagaray fish?

1166. நரிவால்கொண்டு கிணாறுழம்பார்க்கலாமா!

Can the depth of the well be ascertained with a fox's tail?

1167. நட்டுவன் பிள்ளைக்குக்கொட்டிக்காட்டவேண்டு மா!

Is it necessary to teach the son of a tom-tom beater to drum.

1168. நன்றாயிருந்ததாம் நல்லிசுட்டபணிகாரம்.

It is said that the confectionary of Nalli was good.

1169. நம்பவைத்துக்கழுத்தறுக்கலாமா!

Is it right to cut the throat of those whose confidence we have gained?

1170. நரிகொழுத்தென்ன காஞ்சிரம்பழுத்தென்ன!

What advantageth the fatted fox or the ripened kanchurie?

1171. நடுவூருணச்சுமரம் பழுத்தற்று.

As a poisonous tree yielded ripe fruit in the midst of the country.

1172. நரியொருசாலுக்குழப்போனது.

The fox went to plough one drill.

1173. நல்லது நாற்கலம் ஊத்தைபதின் கலம்.

Of good things four quarts, and of filth ten.

1174. நக்குண்டார்நாவெழார்.

Favours silence the tongue.

1175. நடக்கவழியறியாதவனுக்கு நடுவீடு காதவழி.

The middle of the house is ten miles distant to him who cannot walk.

1176. நரிக்குட்டிக் கூளைபழக்க வேண்டுமோ!

Is it necessary to teach the young fox to howl?

1177. நமனெடுத்துக்கொண்டு போதும் பொழுது நழுவி விழந்தசீவன்.

Life that escaped when death was carrying it off.

1178. நல்லவனொருவனடுவேநின்றலறாத வழக்குமறும்.

When an honest man mediates in a difficult suit, it will soon be settled.

1179. நரி நாலுகாற்றிருடன், இடையனிரண்டுகாற்றிருடன்.

The fox is a four-footed thief, and the shepherd is two-footed.

1180. நல்லிணக்கமல்லதல்லற்படும்.

Sorrow attends disunion.

1181. நண்டுகொழுத்தால் வளையிலிராது.

When the crab becomes fat, it will not stay in its hole.

1182. நமதுதலைமயிர் அவன் கையிலகப்பட்டுக்கொண்டது.

The hair of my head is caught in his hand.

1183. நந்தவனத்தாண்டிக்கும் முயல் வேட்டைக்குமெத்தனைதூரம்.

How great the distance between the mendicant of the flower garden and hunting hares.

1184. நரியின்கையிலே குடல் கழுவக்கொடுக்கிறது.

To give the entrails to the fox to be washed.

1185. நரிகூப்பிட்டுக்கடல் முட்டுமோ?

Will the sea rise at the call of the fox?

1186. நடந்த பிள்ளை தவழுதாம் தாயார் செய்ததவத்தா லே.

By reason of the mother's penance the child that walked creeps.

1187. நல்லவிளங்கன்றே துள்ளாதே.

Do not skip, thou good young calf.

1188. நண்டைச்சுட்டு நரியைக்காவல்வைக்கிறது.

To roast a crab and set a fox to guard it.

1189. நட்டத்துக்கொருவன் நயத்துக்கொருவன்.

One loses and another gains.

1190. நஞ்சு பிழிந்த சீலை.

A wrung out poison cloth.

1191. நரிக்குப் பெரியதனங்கொடுத்தாற் கிடைக்கிரண் டாடுகேட்கும்.

If a fox be encouraged, it will demand two sheep from each flock.

1192. நடாற்றிலே கைவிடுகிறது.

To abandon one in the midst of the river.

1193. நச்சுமரமானாலும் நட்டவர்கள்வெட்டார்கள்.

Though the tree be poisonous they who planted it will not cut it down.

1194. நகத்தாலே கிள்ளுவதைக் கோடரிகொண்டு வெட்டுகிறதோ?

Is it to cut with a hatchet, what can be removed by the nail?

1195. நடுஉழவிலே நந்தையறுந்தது.

The rope connecting the yoke with the plough broke in the midst of the furrows.

1196. நன்மரத்திற் புல்லுருவி.

A parasite on a good tree.

1197. நஞ்சுக்குள்ளிருந்தாலுநாகமணி, குப்பைக்குள்ளிருந்தாலுங் குன்றுமணி.

Though in poison it is a ruby, and although in the dunghill it is a berry.

1198. நல்லவரை நாவிலுரை பொன்னைக் கல்லிலுரை.

The good are tested by the tongue, and gold by a touchstone.

1199. நன்மையுந் தின்மையுமிம்மையிலே தெரியும்.

Good and evil are known in this life.

1200. நல்லவனென்றுபெயரெடுக்க நாட்செல்லும்.

It requires time to obtain a good name.

1201. நல்லவுயிர் நாற்பதுநாளிருக்கும்.

A good spirit will remain forty days.

1202. நல்லாரைநாவழியப்பேசினாற் பல்லாலே பதக்கு ப் புழுச்சொரியும்.

From the mouth of those who calumniate the good a gallon of worms shall proceed.

1203. நரிமுன்னே நண்டுகரணம்போட்டதுபோல.

As the crab made a summerset before the fox.

1204. நல்லோருக்குப்பெய்யுமழை எல்லாருக்கும்.

The rain that descends on account of the good benefits all.

1205. நல்லபாம்பாடுதல்கண்டு நாக்குப்பூச்சியாடியது போல.

As the earth-worm imitated the graceful contortions of the cobra.

1206. நனைத்து சுமக்கலாமா?

Being wet can one bear a burden?

1207. நாடொன்றிவாழிற் கேடொன்றுமில்லை.

If a community be united no evil will happen to it.

1208. நாலுபிள்ளைப்பெற்றவளுக்கு நடுத்தெருவிலே சோறு.

Rice may be had in the middle of the street by one who has borne four children.

1209. நானொன்றையெண்ண விதியொன்றையெண்ணி
ற்று.

The decisions of fate are wide of my expectations.

1210. நாய்வாலுக்கு மட்டை வைத்துக்கட்டினால் நிமிரு
மா!

Will the dog's tail become strait although bound in splinters of wood?

1211. நாச்சியாரைக்காணாதவிடத்திலே முறுமுறுப்பது போல.

Like murmuring in the absence of the mistress.

1212. நாழிப்பணங்கொடுத்தாலும் மூழிப்பட்டம்போகா
து.

Though a quart of money be given, cropped ears cannot be restored.

1213. நாய்வாழ்ந்தேன்ன பூனைகைம்பெண்ணிருந்தேன்ன!

What is the connubial felicity of the dog, or the widowhood of the cat?

1214. நாலுபேர்கூடினதேராசசபை.

The union of four constitutes a royal assembly.

1215. நாறுமீனைப் பூனைபார்ப்பது போல.

As the cat looking at the stinking fish.

1216. நாவிதன் குப்பையைக்கிண்டினல் மயிர் மயிராயிருக்கும்.

If the rubbish heap of the barber be examined, hair will be found.

1217. நாய்க்கேன் தோல்த்தேங்காய் நடுவீட்டுக்குட்போட்டுருட்டவோ?

Why give an unhusked cocoanut to a dog? Is it that he may roll it about the house?

1218. நாயைக்குளிப்பாட்டி நடுவீட்டில் வைத்தால் வாலைக்குழைத்துப் பீதின்னப்போம்.

If a dog be washed and placed in the middle of the house, it will wag its tail and presently eat ordure.

1219. நாய்கொண்டுபோன பானையை யார்கொண்டு போனாலென்ன?

What matters it who takes the vessel that was carried off by the dog.

1220. நாழியரிசிசோறுண்டவன் நமனுக்குயிர்கொடுக்கான்.

He who can eat a measure of rice will not give his life to the angel of death.

1221. நாய்க்குத்தெரியுமோதோல்த்தேங்காய்!

Does the dog know the quality of the unhusk ed cocoanut?

1222. நாய்க்குப்பருத்திக்கடையிலலுவலென்ன?

What does the dog in the cotton market?

1223. நாச்சியாருமொன்றைப் பற்றி வார்க்கிறாள் நானுமொன்றைப்பற்றிக் குடிக்கிறேன்.

My mistress pours with one purpose, but drink it for another.

1224. நாய் கோயிலுக்குப்போவானேன் கோயில்காத்தவன் தெண்டமிறுப்பானேன்!

Why should a dog go to the temple? why fine the porter of the temple?

1225. நாய்வாலிலே தேன்வைத்தாலாருக்குக் கூடும்.

What avails the honey gathered on the dog's tail?

1226. நாய்க்குழத்தாற்றாய்க்கு மணாளன்.

When a pup is grown it becomes the consort of its dam.

1227. நாயையடிப்பானேன் பல்லிழிவு பார்ப்பானேன்!

Why beat the dog to see him grin?

1228. நாட்டாள் பெற்றகுட்டி நாகரிகம் பேசவல்லகுட்டி.

The child of the rustic is as eloquent as a citizen.

1229. நாயுஞ்சரி நாவியுஞ்சரியுனக்கு.

With you a dog and a civet cat are the same thing.

1230. நாய் சமுத்திரத்திலேபோனாலுநக்குந்தண்ணீர்.

Though in the midst of an ocean the dog can only lap.

1231. நாட்டுக்கோருமழை நமக்கிரண்டு மழை.

The country has obtained one fall of rain, I two.

1232. நாயுந் தன்னிலத்துக்குமிடுக்கு.

A dog is courageous in his own kennel.

1233. நாய்பட்டபாடு தடிக்கப்பறியும்.

The stick knows the sufferings of the dog it beat.

1234. நாய்க்கு நறுநெய்யிணங்காது.

Good ghee does not agree with a dog.

1235. நாய்க்குக்கடிவாளம் பூட்டினாற்போல.

Like putting a bit in a dog's mouth.

1236. நாய் சந்தைக்குப் போனது போல.

As the dog went to the market.

1237. நாயையேவ நாய்வாலையேவுகிறது.

The dog receives commands and gives them to his tail.

1238. நான் பிடித்த முயலுக்கு மூன்றுகால்.

The hare that I have caught has three legs.

1239. நாவுக்கிசைந்தது பாவுக்கிசையும்.

That which is agreeable to the tongue is prosodial.

1240. நானுநரைத்து நரைமயிருடையனானேன் காடுநரைக்
கக் கண்டது புதினம்.

I have become greyheaded; to see the jungle grey is wonderful.

1241, நாயறியாது ஒரு சந்திப்பானையின் நியாயத்தை.

The dog is ignorant of the speciality attached to the cooking vessels of a fast day.

1242. நாழிநெல்லுக்கொருபுடைவை விற்றலுந் நாயின் குண்டிநிருவாணம்.

Though a cloth may be had for a measure of rice, the posteriors of the dog will be bare.

1243. நாயையடிப்பானேன் பீயைச் சுமப்பானேன்!

Why beat the dog and carry away his dung?

1244. நாய் சிங்கத்துக்குப்பட்டங்கட்டுமோ!

Can a dog invest a lion with authority?

1245. நாடுகாடாச்சே.

The country has become a desert.

1246. நாய்வாலுக்கெண்ணெயிட்டு நிமிர்த்திறல் நிமிருமோ!

Though a dog's tail be straightened by the application of oil will it remain so?

1247. நாய்க்கு வேலையுமில்லை நடக்கநேரமுமில்லை.

The dog has no employment, and no time to rove about.

1248. நாயேன்சொல் அம்பலத்துக்கேறுமோ!

Will the word of the low dog ascend into the select assembly?

1249. நாங்களுங் கங்கணங்கட்டினதுண்டு கழுத்துக்குக் கங்கணங்கட்டினதில்லை.

We have worn bracelets, but have seen none wear them on the neck.

1250. நாமொருவருக்குக் கொடுத்தால் நமக்கொருவர் கொடுப்பார்.

If we give to others, they will give to us.

1251. நாற்பது சென்றால் நாய்க்குச்சரி.

Like a dog, having attained forty.

1252. நானுமறியேன் அவளும்பொய்சொல்லாள்.

I do not know; she also will not utter a lie.

1253. நாடறிந்த பார்ப்பானுக்குப் பூணூல் வேண்டாம்.

A sacred string is unnecessary to the brahmin who is generally known.

1254. நாயின் பீயைமிதிப்பானேன் நல்லதண்ணீர் வார்த்துக்கழுவுவானேன்!

Why tread on dog's dung? Why wash in clear water?

1255. நாரற்றாற் கூடும் நரம்பற்றாற் கூடுமோ!

A broken fibre may be joined, a broken sinew cannot.

1256. நாய்க்குத்தெரியுமா கொக்குப்பிடிக்க?
Can a dog catch a heron?

1257. நாயைக்கொஞ்சினால் வாயைநக்கும்.
If you kiss a dog he will lick your mouth.

1258. நிலங்கடக்கப் பாயலாமா?
Can we leap so as to clear the earth?

1259. நித்தம்போனால் முற்றஞ்சலிக்கும்.
By frequenting another's house the yard will grow weary.

1260. நித்தஞ்சாவாரிக் கழுவாருண்டோ?
Are there those who will weep at death when it occurs daily.

1261. நிழலருமை வெயிலிலேதெரியும்.
The luxury of a shade is best estimated in the sunshine.

1262. நின்றவெள்ளத்தையும் வந்தவெள்ளங்கொண்டு போயிற்று.
The recent flood has carried away the former.

1263. நித்திரை சத்துரு.
Sleep is an enemy.

1264. நிழலழகு முசிறுபொல்லாது.

The shade is beautiful, but the red ants are troublesome.

1265. நிலத்திலெழுந்தபூண்டு நிலத்தில்மடியவேண்டும்.

A plant must perish on the ground from which it sprung.

1266. நிலையைவிட்டால் நீச்சல்லவோ?

Is it not necessary to swim when beyond one's depth?

1267. நிலவுக்கொளித்துப் பரதேசம்போகலாமோ?

Can we hide ourselves from the moonshine by one's residence.

1268. நின்றமரம்போனால் நிற்கிறமரநெடுமரம்.

The former tree being removed, the existing one is tall.

1269. நிசமொன்று பலதீங்குநீக்கும்.

Certainty in one thing removes many evils.

1270. நிறைபொலியிலே கழுதை வாய்வைத்தாற்போல.

As the ass put its mouth on the heap of corn.

1271. நின்றாற்போல்விழுந்தாற்றலையுடையும்.
If one falls as he stands his head will be broken.

1272. நித்திரை சுகமறியாது.
Sleep is unconscious of enjoyment.

1273. நீருயர நெல்லுயரும்.
The higher the water, the higher the rice plant.

1274. நீறுங்கொல்லும் நெருப்புங்கொல்லும்.
Chunambu will kill, and so will fire.

1275. நீயடித்துப்போடு நான்கடித்துப்போடுகிறேன்.
You beat, and I will bite.

1276. நீந்தவறியாதவனை வெள்ளங்கொண்டுபோம்.
The tide will carry off him who cannot swim.

1277. நீரென்றுசொல்ல நெருப்பாய்முடிந்தது.
That which was said to be water, has turned out to be fire.

1278. நீர்க்குமிழி சரீரம்.
The body is like a water bubble.

1279. நீர்போனால் மீன்துள்ளுமா?

If the water be dried up, will the fish leap?

1280. நீராழங்காணலாம், நெஞ்சாழங் காணப்படாது.

The depth of water may be ascertained, but the depth of the heart cannot.

1281. நீ நீராலேவிலகினாய், நான் நெருப்பாலே விலகினேன்.

You escaped by water, and I escaped by fire

1282. நீலத்துக்குக் கறுப்பூட்டவேணுமோ?

Is black to be added to blue?

1283. நுனிக்கொம்பிலேறி அடிக்கொம்புவெட்டுவார்களா!

Having ascended its upper branches, will they cut down the trunk of the tree?

1284. நுளையன்பேச்சம்பலத்துக்கேறாது.

The talk of fishermen will not be noticed in the select assembly.

1285. நூலில்லாமல் மாலைதொடுக்கிறது.

To make a garland without a string.

1286. நெருப்பைத் தலைகீழாய்ப்பிடித்தாலும் அதின் சுவாலைகீழாகுமா?

Though a fire-brand be inverted, will the flame burn downwards?

1287. நெய்க்குடத்திலெறும்பு மொய்த்ததுபோல.

As ants swarmed around the ghee pot.

1288. நெரிஞ்சிமுள்ளுத்தைத்தாலும் இருந்துபிடுங்கவேண்டும்.

Though the thorn in the foot be very small, yet stay and extract it.

1289. நெய்கிறவனுக்கேன் குரங்குக்குட்டி.

What has the weaver to do with a young monkey?

1290. நெருப்பிலும் பொல்லாச்செருப்பு.

Slippers worse than fire.

1291. நெருப்பிலே புழுப்பற்றுமா?

Can insects breed in the fire?

1292. நெடியாரைக்குறியாரை ஆற்றிலேதெரியும்.

The long and the short are ascertained in the river.

1293. நெருப்பில்லாமற் புகைப்புகையுமா!
Will there be smoke, when there is no fire.

1294. நெருப்பென்றல் வாய்வேகுமா!
By enunciating the word fire, will the mouth be burnt?

1295. நெய்க்குடமுடைந்தது நாய்க்குவேட்டை.
The breaking of the ghee pot is a feast, for the dog.

1296. நெருப்பைச்சிறிதென்று முந்தானையில் முடியலாமா!
May fire be tied in the border of the garment because it is little?

1297. நெருப்பைக் கண்டுமிதித்தாலுஞ் சுடும், காணாமல் மிதித்தாலுஞ் சுடும்.
Whether the fire be perceived or not, it will burn when trodden on.

1298. நெல்லுவகை எண்ணினாலும் பள்ளுவகை எண்ணக்கூடாது.
Though the different kinds of paddy may be ascertained, the varieties of the Pallu cast, cannot.

1299. நெருப்பிலீமொய்க்குமா?
Will flies swarm in the fire?

1300. நேற்றுவந்தமொட்டைச்சியார் நெய்வார்த்துண்ணச் சிணுங்குகிறாளாம்

The old bald-headed woman who came yesterday whines that she may eat rice with ghee.

1301. நேற்றுவந்தானாந்தடி அவன்றலையிலேவிழுந்ததாமிடி.

It is said that he entered his residence yesterday, and that a thunder-bolt fell on his head.

1302. நொண்டிக்குதிரைக்குச் சறுக்கினதுசாட்டு.

The lame horse says in excuse for his stumbling, that it was a slip.

1303. நோயாளிவிதியாளியானாற் பரிகாரிபேராளி.

If it be the fate of the patient to live long, the physician's fame is promoted.

1304. நோய்கொண்டார் பேய்கொண்டார்.

The sick are like the possessed.

1305. நோகாமலடிக்கிறேன் ஓயாமலழு.

I punish very gently, you may cry without ceasing.

1306. நோயாளிக்கு ஆசைவார்த்தை சொன்னாற்போல.

Like speaking kind words to the sick.

1307. நோவொருபக்கமிருக்கச் சூடொருபக்கம் போடாற்போல.

Branded on one side, whilst the other is in pain.

1308. நோவாளிக்குத்தெரியும் நோவின்வருத்தம்.

The sick knows what pain is.

1309. பகிடிக்குப்பத்துக்காசு திருப்பாட்டுக்கொருகாசு.

Ten cash for the feat of a harlequin, and one for a sacred song.

1310. படித்து முட்டாளாயிருக்கிறான்.

He is a learned fool.

1311. பழுத்தபழங் கொம்பிலிராது.

Ripe fruit will not remain on the branch.

1312. பனைவெட்டினவிடத்திலே கழுதைவட்டம்போட்டதுபோல.

As an ass perambulated the place where palmira timber had been felled.

1313. பறைச்சி பிள்ளையைப் பள்ளிக்குவைத்தாலும் பேச்சிலே அய்யேயென்னுமாம்.

It is said that though the son of a Paria woman be put to school, he will exclaim Aiye! in his speech.

1314. பன்றி பலகுட்டி போட்டாற்போல.
As the sow brought forth many young ones.

1315. பனையால்விழுந்தவனைப் பாம்புகடித்தது.
A snake bit him who had fallen from a palmira tree.

1316. பனியைநம்பி ஏர்ப்பூட்டினதுபோல.
Like ploughing in reliance on the dew.

1317. பசுப்போலேயிருந்து புலிப்போலப்பாய்கிறாய்.
Thou appearest like a cow, but thou leapest like a tiger.

1318. பரியத்துக்கஞ்சிக் குருட்டுக்கண்ணியைக்கொண்டதுபோல.
As one married a blind woman to avoid making the ordinary presents to the bride.

1319. பத்துவராகனிறுத்தோமென்றாலுஞ் சந்தேகநிவிர்த்தியாயிற்றே.
Although we have paid a fine of ten pagodas, our doubts are removed.

1320. பஞ்சாங்கம்போனாலும் நட்சத்திரம்போகாது.
Though the astrological calculation may be lost, the star will not.

1321. பலதுள்ளி பெருவெள்ளம்.

Many drops make a great flood.

1322. பத்தியில்லாப்பூனை பரமண்டலத்துக்கேறுமா?

Will the cat that has no piety ascend to heaven?

1323. பசுவிழுந்தது புலிக்குத்தாயம்.

The fall of the cow is advantageous to the tiger.

1324. படைக்குமொருவன் கொடைக்குமொருவன்.

One for the battle field, and another for gifts.

1325. பழையகருப்பன் கருப்பனே பழையமண்கிண்ணி மண்கிண்ணியே.

Old Carruppen is Carruppen and the old earthen vessel is an old earthen vessel.

1326. பகையாளிகுடியை உறவாடிக்கெடுக்கவேண்டு
ம்.

In order to destroy an enemy, we must make friendship with him.

1327. பறையதெருவில் வில்வமரமுளைத்ததுபோல.

As the Bel tree sprang up in the Paria street.

1328. பகிடியைப் பாம்புகடித்ததுபோல.

As the snake bit him who made sport with it.

1329. பலலக்கிலேறயோகமுண்டு உன்னியேறச்சீவனில்லை.

His rank entitles him to a palanquin, but he has not strength to enter it.

1330. பட்டாலறிவன்சண்டாளன் மழைபெய்தாலறிவன்வெள்ளாளன்.

The vicious will understand his faults when punished; and the farmer will know his duty after rain.

1331. பலத்தவனுக்குமருந்துசொன்னாற் பிடுங்கிக்கொடுத்துத்தீரவேணும்.

When a prescription is given to the great, the ingredients must also be sought and it must be prepared for him.

1332. பருத்திக்கடையிலே நாய்க்கலுவலென்ன!

What business has the dog in the cotton-market?

1334. படைமிகுந்தாலரணில்லை.

If the army be numerous, fortifications will avail nothing.

1335. பண்ணைப்பண்ணைப் பலவிதமாகும்.

By repeatedly doing a thing, it will assume various forms.

1336. பருத்திபுடைவையாய்க் காய்த்தது.

The cotton tree bore cloth.

1337. பசுவைவிற்றுக் கன்றுக்குவழக்கா?

If the cow be sold, shall a dispute ensue about the calf?

1338. பசுத்தோலைப்போர்த்[illegible]து.

To leap as a tiger, having on a cow's skin.

1339. பஞ்சுபடிந்த பழஞ்சித்திரம்.

An old painting stuffed with cotton.

1340. பழநழுவிப் பாலில்விழுந்ததுபோல.

As the fruit slipped and fell into the milk.

1341. பரிகாரியார் பரிகாரம்பார்த்துப்போகப் பரிகாரியார்பெண்சாதி புழுத்துச்செத்தாளாம்.

It is said that whilst the doctor was on his round distributing medicines, his wife died by being infected with insects.

1342. பட்டினத்துநரியைப் பனங்காட்டுநரியேய்த்ததாம்.

The fox of the palmira grove is said to have deceived the fox of the city.

1343. பசுவை அடித்துச் செருப்பைத்தானங்கொடுக்கிறதா!

Is it to offer shoes to expiate the guilt of killing a cow?

1344. பசிவந்தாற்கறிவேண்டாம் நித்திரைவந்தாற் பாயிவேண்டாம்.

If really hungry, delicacies are not of consequence, nor is a mat to one really sleepy.

1345. பழகப்பழகப் பாலும்புளிக்கும்.

Even milk becomes sour if constantly taken.

1346. பணங்குலமாகும் பசிகறியாகும்.

Affluence is an honourable distinction, and hunger is a good curry.

1347. பணமில்லாதவன் பிணம்.

He who is without money is a corpse.

1348. பஞ்சும்நெருப்பும் ஒன்றாய்க்கிடக்குமோ!

Can cotton and fire be stowed together?

1349. பணம்பந்தியிலே குலங்குப்பையிலே.

The moneyed are had in distinction, whilst high bred are on the dunghill.

1350. பசித்தவன்மேல் நம்பிக்கைவைக்கலாமா?

Can the hungry be depended on?

1351. பன்றியோடிணங்கிய கன்றும்பீதின்னும்.

A calf associated with a pig eats excrement.

1352. பறக்குங்காக்காயிருக்குங்கொம்பறியாததுபோல.

As the crow though it can fly knows not its branch for alighting.

1353. பட்டைக்குத்தக்க பழங்கயிறு.

The old rope suits the basket.

1354. பசித்தார்பொழுதும்போம் பாலுடனே அன்னம் போசித்தார்பொழுதும்போம்.

They who eat rice-milk are borne on by the lapse of time, as those who perish with hunger.

1355. பனிப்பெய்து குளம்நிரம்புமா?

Will the tank be filled by the falling of dew?

1356. பலநாட்களவெடுத்தவன் ஒருநாளகப்படுவான்.

The thief who has robbed others for many days, will be caught in one.

1357. பருமரத்தை அண்டிய பல்லியுஞ்சாகாது.

Even the lizard that abides in a large tree will not die.

1358. பணிகாரமோ சிலுசிலுப்போ.

Do you want the cake, or the frizzling noise occasioned by its being in the pan.

1359. பட்டிக்காட்டுக்குச் சிவப்புத்துப்பட்டி பீதாம்பரம்.

In the desert red cloth is estimated as yellow silk.

1360. பனிப்பெருக்கிலே கப்பலோட்டுகிறாய்.

Thou sailest thy ship in the tide of dew.

1361. பந்திக்குமுந்து படைக்குப்பிந்து.

First at the feast and last in the battle field.

1362. பலதீட்டுக்கொரு முழுக்கு.

One ablution for many defilements.

1363. பன்றிபட்டால் நிந்தங் காட்டானைபட்டாற் பங்கு.

If a hog be obtained, it is his own; if a wild elephant, others are allowed a share.

1364. பட்டணத்தான்பெற்றகுட்டி பணம்பறிக்கவல்லகு ட்டி.

The child of the citizen is clever at purloining money.

1365. பணத்துக்கோரம்புகொண்டு பாழிலெய்கிறது.

To shoot an arrow uselessly that cost a fanam.

1366. பண்ணியபயிரிற் புண்ணியந்தெரியும்.

Virtue is apparent in the plants a man has cultivated; or, a man's character is visible in his crops.

1367. பச்சைமரத்திற் கித்தனையென்றாற் பட்டமரத்திற் கெத்தனை!

If so much has happened to the green tree, what may not happen to the dry?

1368. பருத்திப்பொதிக்கொரு நெருப்புப்பொறி.

One spark to a bag of cotton.

1369. பயித்தியம்மாறிப்போச்சுஉலக்கைத் தடிகொண் டுவா கோவணங்கட்ட.

Insanity has left me; bring the rice pounder that I may gird myself.

1370. பணத்தைக்கொடுத்துப் பணிகாரத்தைவாங்கிப் பற்றைக்குள்ளேயிருந்து தின்கவேண்டுமோ?

Having bought the sweetmeats with money, is it necessary to eat them in the bush?

1371. பனையின்கீழிருந்து பால்குடித்தாலுங் கள்ளாம்.

Though you drink milk under a palmira tree, it will be regarded as toddy.

1372. பனையினிழலுநிழலோ பகைவருறவுமுறவோ?

Is the shadow of the palmira, a shade, or is the friendship of the malignant, friendship?

1373. பஞ்சம்போம் பஞ்சத்திற்பட்ட வசைபோகாது.

The famine will end, but not the disgrace contracted during its continuance.

1374. பழம்புண்ணாளி பாதிவைத்தியன்.

He who has an old sore, is half a doctor.

1375. பன்னக்காரன்பெண்டில் பணியக்கிடந்து செத்தாளாம்?

It is said that the wife of the matmaker is stretched dead on the bare ground.

1376. பழத்தேங்காயிலேதானெண்ணெய்.

Oil is produced from the old cocoanut.

1377. பசுக்கறுப்பென்று பாலுங்கறுப்பா!
Will the milk be black because the cow is so?

1378. பறையன்பொங்கலிட்டாற் பகவானுக்கேராதோ?
Will not the sacrificial boiling of rice of a parian be acceptable to the Deity?

1379. பட்டணத்து வாசலைப் படலாலே மூடியிருக்கிறதோ?
Can the gate of the city be covered by a screen?

1380. பனங்காட்டுநரி ஓலைச் சலசலப்புக்கஞ்சுமா?
Will the fox of the palmira grove be frightened by the rustling of leaves.

1381. பதறாதகாரியஞ் சிதறாது.
The thing done carefully never fails.

1382. பசிவந்திடிற் பத்தும்பறந்துபோம்.
Ten things will flee before hunger.

1383. பல்லுவிழுந்த புடையன்.
A beaver snake without teeth.

1384. பசித்தசெட்டியார் பழங்கணக்குப்பார்த்தாராம்!
It is said that the hungry merchant examined his old accounts.

1385. பத்துவிதத்திலும் பறையனைநம்பலாம் பார்ப்பானை நம்பலாகாது.

A pariah may be relied on in ten ways, but not a brahmin.

1386. பனையேறியும் பாளைதொடாதிறங்கினாற்போல.

As one ascended a palmira tree, and descended without touching the blossom.

1387. பத்துப்பேரிலே பதினோராம்பேராயிருக்கவேண்டும்

You must become the eleventh, by associating with ten.

1388. பதினாறும்பெற்றுப் பெருவாழ்வும் வாழவேண்டும்.

Having begotten sixteen, prosper abundantly.

1389. பத்தியுண்டானால் முத்தியுண்டாம்.

If there be piety, heaven may be obtained.

1390. பத்துக்குமேலேயொரு பறையனுக்குத்தள்ளவேண்டும்.

After ten, give to a pariah.

1391. பச்சைநெல்லுக்குப் பறையனிடத்திற் சேவிக்கலாம்.

We may serve a pariah for unboiled paddy.

1392. பலசரக்குக்காரனைப் பைத்தியம்பிடித்தசம்பந்தம்.
As the petty dealer was affected with insanity.

1393. பசியாமலிருக்க மருந்துதருகிறேன் பழஞ்சோறு போடென்கிறான்.
He says give me some old rice, and I will give you medicine to obviate hunger.

1394. பலவீட்டுப்பிச்சை ஆறுய்ப்பெருகும்.
The alms obtained from many sources will accumulate like a river.

1395. படுக்கிறதுகுச்சு கனவுகாண்பது மச்சுமாளிகை.
To sleep in a hovel, dreaming of palaces.

1396. பாலுக்குங்காவல் பூனைக்குந்தோழன்.
He is the keeper of the milk, and the friend of the cat.

1397. பாத்திரமறிந்து பிச்சையிடு கோத்திரமறிந்து பெண்கொடு.
Knowing the object, distribute your charities; knowing the family of the bridegroom, give your daughter.

1398. பாம்புகடிக்குத் தேளுக்குப்பார்க்கிறதோ!
When bitten by a snake, would you treat the case as if bitten by a scorpion.

1399. பாகற்கோட்டைபுதைக்கச் சுரைக்கோட்டை மு ளைக்குமா?

If a pagal seed be deposited in the earth, will a gourd spring up?

1400. பாலாரியனுக்குப் பசுராமநாதசுவாமிக்கு.

Milk for the brahmin, and the cow for the god Ramanathan.

1401. பாவியார்போனவிடமெல்லாம் பள்ளமுந்திட்டி யும்.

The ground trodden by the unfortunate is uneven.

1402. பாடிப்பாடிக்குத்தினாலும் பதரிலரிசியில்லை.

Though pounded with musical accompaniments, rice will not be obtained from chaff.

1403. பாற்பசுவைக் கன்றிலேதெரியும் பாக்கியவான் பிள்ளையை முகத்திலேதெரியும்.

The milch cow is known by the calf; and the son of the rich man by the face.

1404. பாலும்பதக்கு மோரும்பதக்கோ?

Is a measure of butter milk equal to a measure of milk?

1405. பானையிலுண்டானால் அகப்பையில்வரும்.

If it be in the pan it may be taken out with the spoon.

1406. பாலருக்குப்பெலனழுகை மச்சத்துக்குப்பெலனு தகம்.

The power of the child is weeping, and the strength of the fish is water.

1407. பார்க்கக்கொடுத்த பணத்துக்கு வெள்ளிக்கிழமையா?

Do you say, it is friday, to avoid giving the money I gave you to look at?

1408. பாம்பைக்கண்டாற் படையுநடுங்கும்.

Even an army will tremble at the sight of a snake.

1409. பாதிச்சுரைக்காய்கறிக்குப் பாதிச்சுரைக்காய்வி தைக்கா?

Is one half of the gourd for curry and the other half for sowing?

1410. பாடென்றாற் பாணனும்பாடான்.

If requested, even the songster will not sing.

1411. பாலும்வெள்ளை மோரும்வெள்ளை.

Milk is white, and so is butter-milk.

1412. பால்தொட்டுப் பால்கறக்கவேணும்.

The teats must be repeatedly touched with the milk, as we draw it off.

1413. பாய்மரமில்லா மரக்கலம்போல.
Like a dhoney without a mast.

1414. பாம்பின்குட்டிபாம்பு அதின்குட்டிநட்டுவாக்காலி.
The generation of snakes, are snakes, and the young of these are scorpions.

1415. பாலுமாம் மருந்துமாம்.
It is not only milk but medicine.

1416. பாலைக்குடித்தவனுக்குப் பாலேப்பம்வரும் கள்ளைக்குடித்தவனுக்குக் கள்ளேப்பம்வரும்.
He who drinks milk will belch milk; and he who drinks toddy will belch toddy.

1417. பாவியைப்பிடித்துப் பாம்பாட்டுகிறது.
To play with the simple as a snake charmer does with snakes.

1418. பாராளலாமென்று பால்குடிக்கிறாய்.
You drink milk in order to govern the world.

1419. பாம்புதின்கிறவூரிலேபோனால் நடுமுறிநமக்கு.
When we go to the country where snakes are eaten, we shall have the middle piece.

1420. பாம்புக்குப்பால்வார்த்து வளர்த்தாலும் விடத்தைக்கொடுக்கும்.
Though a snake be fed with milk, its poison will not leave it.

1421. பாம்பும்நோவாமற் பாம்படித்தகோலும் நோவா மலிருக்கவேண்டும்.
The snake is not to be hurt, nor is the stick employed in beating it.

1422. பாழாய்ப்போகின்றது பசுவின் வயிற்றிலே.
It was spoiled in the cow's belly.

1423. பாராதவுடைமை பாழ்.
Articles not looked after perish.

1424. பாசமற்றவன் பரநேசி.
He who is devoid of passion is beloved of God.

1425. பாய்கிறமாட்டுக்கு முன்னே வேதஞ்சொன்னாற் போல.
Like repeating a sacred text to a furious cow.

1426. பிள்ளைக்குவிளையாட்டுச் சுண்டெலிக்குச் சீவன் போகிறது.
The sport of the child is death to the mouse.

1427. பிறவிக்குருடனுக்குத்தெய்வங் கண்கொடுத்தாற் போல.
As God gave sight to one who was born blind.

1428. பிறக்கிறபோதே முடமானாற் பேய்க்கிட்டுத்தீருமா?
Will offerings to devils heal one born a cripple?

1429. பிச்சையிட்டுக் கெட்டவனுண்டா!
Did ever any one become poor by giving alms?

1430. பிச்சைக்குமுத்தது கச்சவடம்.
The office of a pedlar is little better than begging.

1431. பிச்சைச்சோற்றிற்குப் பஞ்சமுண்டா?
Is there a scarcity in the rice given in charity.

1432. பித்தற்குத் தன்குணநூலினுஞ்செம்மை.
The imaginary qualities of a fool are better in his own sight than moral institutes.

1433. பிள்ளைபதினாறெழுதியிருந்தாலும் புருஷனில்லாமற் பிள்ளைப்பெறமாட்டாள்.
Though destined to bear sixteen children, she will not bear one without a husband.

1434. பிச்சன் வாழைத்தோட்டத்திலே புகுந்ததுபோல.
As a fool entering a plantation of bananas.

1435. பின்னாலேவரும் பலாக்காயினு முன்னாலேவருங் களாக்காய்நலம்.
Kalakay at hand, is better than jack-fruit not yet forth-coming.

1436. பிள்ளையையுங்கிள்ளிவிட்டுத் தொட்டிலையுமாட்டுகிறது.

To rock the cradle, whilst pinching the child.

1437. பிறந்தவன்றே இறக்கவேண்டும்.

We are mortal from birth.

1438. பின்னையென்பதும் பேசாதிருப்பதுமில்லையென்பதற்கடையாளம்.

To say-By and Bye, and to be silent, are signs of unwillingness.

1439. பிறர்மனைத்துரும்புகொள்ளாப் பிராமணன்தண்டுகொண்டான்.

The brahmin who would not take a rush out of the thatch, has got a cudgel.

1440. பிடித்தகொப்பும்விட்டேன் மிதித்தகொப்பும்விட்டேன்.

I have let go the branch I seized, and the one I stood on.

1441. பிரமசாரி ஓடங்கவிழ்த்தான்.

The bachelor upset the boat.

1442. பிள்ளைவீட்டுக்காரர் சம்மதித்தாற் பாதிவிவாகம் முடிந்ததுபோலாம்.

It is said that the consent of the parents of the young woman is equal to half the marriage.

1443. பிள்ளைப்பெற்றவரைப்பார்த்துப் பெருமூச்சுவிடுகிறது.
To sigh on beholding those who have born children.

1444. பித்தளை நாற்றமறியாது.
Brass is ignorant of its own offensive odour.

1445. பிள்ளைவரத்துக்குப்போனவிடத்திற் புருஷனைப் பறிகொடுத்தது.
Lost her husband when she went to obtain the gift of fecundity.

1446. பிச்சையெடுத்துஞ் சத்துருவின்குடிகெடு.
Beg from him, and thus destroy your enemy.

1447. பித்தற்குச்சிலபுத்திகள்சொன்னாற் பேசுதல்பிடிக்குமோ?
When advice is given to the idiotic, will it make any impression?

1448. பிள்ளையார்பிடிக்கக் குரங்காய்முடிந்தது.
The attempt to make Ganesa ended in the formation of a monkey.

1449. பிள்ளைவருத்தம் பெற்றவளுக்குத்தெரியும் மற்றவளுக்குத்தெரியுமா?
The sufferings of the child are known to the mother, not to others.

1450. பிள்ளையாரைப்பிடித்தசனியன் அரசமரத்தையு ம்பிடித்ததாம்.

It is said that Saturn who Seized Ganesa has also seized the sacred fig tree.

1451. பிச்சைக்குவந்தவன் பெண்ணுக்குமாப்பிள்ளையா?

Will he who came to ask alms become bridegroom if the girl is to be given in marriage?

1452. பிச்சைச்சோற்றிலுங் குழைந்தசோறுகாதா?

Is not overboiled rice better than that obtained by begging?

1453. பிணத்தைமூடி மணத்தைச்செய்.

Cover the corpse, and then apply aromatics.

1454. பிள்ளையில்லாவீட்டிற் கிழவன்றுள்ளிவிளையாடி யதுபோல.

As the old man played his gambols in the house where there was no child.

1455. பிறந்தவூருக்குச் சீலைவேண்டாம் பெண்டிருந்த ஊருக்குத் தாலிவேண்டாம்.

In his native place he needs no apparel; nor does a woman need her wedding thaly in her own country.

1456. பீத்தற்பட்டைக் கறுதற்கோடி.

A rotten string to an old basket.

1457. பீதின்கிறநாய்க்கு முத்துமாலையென்றபேராம்.

It is said that the dog that eats ordure is called a string of pearls.

1458. புற்றுக்குள்விலாங்கு முழிக்கிறதுபோல.

As the eel in a hole gazes.

1459. புலிபதுங்குகிறதெல்லாம் பாய்ச்சலுக்கிடம்.

The crouching of the tiger is the preparation for its leaping.

1460. புளுக்கைக்குப் புத்தி பிடரியிலே.

The wit of the base is in the back of his neck.

1461. புளுக்கையொழுக்கமறியாது பித்தளைநாற்றமறியாது.

The vulgar are ignorant of the rules of good breeding and brass of its own offensive smell.

1462. புலிக்குத்தன்காடென்ன வேற்றுக்காடென்ன?

What is the difference to the tiger, whether he is in his own forest or in another?

1463. புதுமைக்குவண்ணான் பறிகட்டிவெளுத்தான்.

The washerman, having first tied his basket on his hip, began to wash.

1464. புதியவரைநம்பிப் பழயவரைக்கைவிடாதே.

Desert not old friends for new ones.

1465. புலிபசித்தாற் புல்லுத்தின்னுமா?

Will a tiger eat grass when he is hungry?

1466. புண்ணுக்கோ மருந்துக்கோவிசம்?

To whom is the case urgent, to the patient or the physician?

1467. புத்திமெத்தினவர்க்குச் சித்தியாதொன்றில்லை.

There is nothing which may not be effected by the prudent.

1468. புத்தியற்றவர்கள் பத்தியாய்ச்செய்ததும் விபரீதமாம்.

What is done even with pious intention by the injudicious is wrong?

1469. புறக்குடத்திலே வார்த்ததண்ணீர்.

Water poured on the outside of the pitcher.

1470. புல்லுவிற்கிறகடையிலே பூவிற்கிறது.
To sell flowers in the market where grass is sold.

1471. புல்லும்பூமியுமுள்ளமட்டும்.
Enduring as long as the grass and the earth.

1472. புண்ணிலிட்ட கோல்போல.
Like putting a stick into a sore.

1473. புண்ணியக்கிணறுவெட்டப் பூதம்வந்துவெளிப் பட்டது.
On the well being dug for sacred purposes, a demon makes its appearance.

1474. புழுகிப்புழுகிமாவிடித்தாலும்புளுக்கைச்சிக்கோ ருகோழுக்கட்டை.
Though the slave girl pound the rice joyfully, she obtains only one cake.

1475. புத்திகெட்டராசாவுக்கு மதிகெட்டமந்திரி.
The foolish minister of an imprudent king.

1476. புண்ணியத்துக்குழுகிறமாட்டைப் பல்லைப்பிடித் துப்பார்த்தசம்பந்தம்.
Like looking at the teeth of a bullock that is ploughing for charity.

1477. புலிப்பால்குடித்தவன்போலிருக்கிறன்.
He is like one who has drank tiger's milk.

1478. புருஷனடிக்கக் கொழுந்தன்கோபித்ததுபோல.
As the brother of the husband who was beating his wife, became angry.

1479. புளியமரத்திலேறினவன்பற்கூசினாலிறங்குவான்.
He will descend from the tamarind tree when his teeth are set on edge.

1480. புலிக்குப்பிறந்தது நகமில்லாமற்போகுமா?
Will that which is born of a tiger be without claws?

1481. புருவத்திற்பட்டாற்கரிக்குமோ கண்ணிற்பட்டாற் கரிக்குமோ?
Will it create pain by being put on the eye-brow, or in the eye?

2482. பூலோகமுதலியார்பட்டம் புகுந்துபார்த்தாற்போட்டல்.
His name is that of chief, but on examination he is hollow.

1483. பூத்துச்சோரியப்பொறுப்பர்கள் முட்டிகட்டக்கலங்குவர்.
They can endure the falling of the flowers, but cannot endure the fatigue of tying up a pot.

1484. பூனைபால்குடிக்கிறதுபோல,
As the cat drinks milk.

1485. பூமியதிரநடவாத புண்ணியவான்.
A devotee under whose steps the earth quakes not.

1486. பூசணிக்காயெடுத்தவனைத் தோளிலேதெரியும்.
He who carried the pumpkin may be known by his shoulder.

1487. பூசப்பூசப் பொன்னிறம்.
Gold colored by repeated smearing.

1488. பெற்றமனம்பித்தும் பிள்ளைமனங்கல்லும்.
Parents are anxious about their offspring; the children are as obdurate as a stone.

1489. பெண்ணைவேண்டுமென்றால் இழியற்கண்ணைநக்
கு.
If you want a wife, lick her ugly eye.

1490. பெட்டைக்கோழி கூவியோவிடிகிறது.
Will the day break at the crowing of the hen?

1491. பெட்டிபீத்தல் வாய்க்கட்டுத்திறம்.
The basket is rotten, but the rim is good.

1492. பெற்றதாய்செத்தாற் பெற்றப்பன்சிற்றப்பன்.
The father of a motherless child, is said to be only as an uncle.

1493. பெருநெருப்புக் கீரமில்லை.
There is no moisture in a great fire.

1494. பெருங்காயம்போட்ட பாண்டம்.
The vessel in which the asafœtida was put.

1495. பெருமாளென்கிறபேரை மாற்றப்போய்ப் பெரியபெருமாளானது.
One whose name was Paromaal went to have it changed, and became possessed of the name great Paromaal.

1496. பெற்றவளுக்குத்தெரியும் பிள்ளையருமை.
Mothers only know what precious gifts children are.

1497. பெண்ணரம்பைக் கூத்துப்போய்ப் பேய்க்கூத்தாயிற்றே
The dance of celestial nymphs has ended; and that of devils has commenced.

1498. பெற்றதெல்லாம்பிள்ளையோ வனைந்ததெல்லாங் குசக்கலமோ?
Are all that are brought forth, children; or, are all that are turned by the potter, vases?

1499. பெற்றதாய்பசித்திருக்கப்பிராமணபோசனஞ்செய்கிறது.
To feast a brahmin whilst his own mother is starving.

1500. பெருமையுள்ள கங்கையிலேவளர்ந்த பேய்ச்சுரை நல்லசுரையாகாது.
The wild gourd though it grow on the gunga will not become a good one.

1501. பெண்சாதியைத் தாய்வீட்டில்விட்டவனுக்கொரு சொட்டு.
A blow to him who left his wife in her mother's house.

1502. பெட்டியிற் பாம்புபோலானேன்.
I am become like a snake in a box.

1503. பேய் சிரித்தாலுமாகாது அழுதாலுமாகாது.
The laughing of a demon is not good, nor is its crying.

1504. பேச்சுக்கிராவணன் பின்பு கும்பகன்னன்.
In speech he is Ravenan, but he turns out to be Kumbakannan.

1505. பேர்முத்துமாலை, கட்டக் கறுத்தப்பாசிக்கு வழியில்லை.
Her name is pearl string, but she has no means of tying common beads.

1506. பேயடிக்கவும் பிள்ளைபிழைக்கவுமா!
Is it that the devil may beat, and the child live?

1507. பேசாதிருந்தாற் பிழையில்லை.
Taciturnity makes no blunders.

1508. பேசப்பேசவெந்தப்பாஷையும் வரும்.
Any language may be learnt by continual speaking.

1509. பேச்சுப்பல்லக்கிலே, தம்பி காலநடைமேலே.
His speech is in a palanquin, whilst he himself is on foot.

1510. பேய்க்கூத்துமாமணக்கங்கோலும்.
The devil dances with a staff of the castor oil tree.

1511. பேச்சுக்கற்ற நாய்வேட்டைக்காகாது.
A dog that has learnt to talk is not fit for hunting.

1512. பேயாடிய கம்பம்போல.
Like a demon's gymnastic pole.

1513. பையமிதித்தது வேடனடி, பதறி மிதித்தது பன்றி யடி.
The huntsman steps softly, but the hog moves with affrighted steps.

1514. பையிற்கட்டிவைத்த பொருள் பறிகொடுக்கப்பட்டது.

The thing tied up in a bag is carried off.

1515. பையமென்றாற் பனையையும் மெல்லலாம்.

By eating slowly, even a palmira tree may be eaten.

1516. பொன் முடி, அல்லது சடை முடி.

A gold crown, or platted hair.

1517. பொறுத்தாரரசாள்வர் பொங்கினார் காடுறைவர்.

They who are slow to wrath will reign as king's while the precipitate will inherit the desert.

1518. பொன்னின் குடத்துக்குப் பொட்டிட வேண்டுமா?

Is it necessary to put a mark on a golden vessel?

1519. பொன்னம்பலமுண்டானாலென்னம்பலங் கிடையாது?

If a golden house be possessed, what kind of house may we not obtain?

1520. பொன்னின்கத்தியென்று வயிற்றிலே குத்துகிறதா?

Because the knife is made of gold, is it necessary to run it into one's belly?

1521. பொய்யிருந்து புலம்பும் மெய்யிருந்து விழிக்கும்.
Falsehood will weep; truth will be confident.

1522. பொற்கலத்துக்கோசையில்லை, வெண்கலத்துக் கெல்லோவோசை.
A golden plate has no sound, but a brass one has.

1523. பொய்சொன்னவாய்க்குப் பொரியுங்கிடையாது.
Even parched paddy cannot be obtained for a lying mouth.

1524. பொல்லாப்பிள்ளையிலில்லாப்பிள்ளை.
A bad child is worse than no child.

1525. பொறுதியென்பது கடலினும் பெரிது.
Forbearance is greater than the ocean.

1526. பொருள்போனவழியே துக்கம்போம்.
The grief follows in the track of the lost wealth.

1527. பொய்நின்று மெய்யை வெல்லுமா?
Can a lie conquer truth?

1528. பொய் சொன்னாலும் பொருந்தச் சொல்லு.
Though you tell lies do it constantly.

1529. பொய்யானபொருளாசை மெய்யானவருளாசை
யை விலக்குகிறது.
The vain desire after riches is destructive of gracious inclinations.

1530. பொக்குவாய்ச்சி மெச்சாளாம் பொரிமாவை.
The toothless dame praised the flour of parched rice.

1531. பொற்காப்புக்காசைப்பட்டுப் புலியால் மரணம
டைந்தது.
Was killed by a tiger in consequence of coveting a golden bracelet.

1532. பொன்னைவைக்கிற கோவிலிலே பூவையாவது
வைக்க வேண்டும்.
Place at least a flower in the temple where gold is offered.

1533. போக்கணங்கெட்டவன் இராசாவிலும் பெரியவ
ன்.
He who is impudent is greater than a king.

1534. போனமாடு தேடுவாருமில்லை, மெய்த்தகூலி கொ
டுப்பாருமில்லை.
They will not seek the strayed cow nor pay the keeper his hire.

1535. போனசுரத்தைப் புளியிட்டழைக்கிறது.
To call back the fever by administering acids.

1537. மவ்விடப்பவ்வாயிற்று.
What was written M. has become P.

1538. மந்திரியில்லா யோசனையும் ஆயுதமில்லாச் சேனையும் விழும்.
Council without an adviser, and a host without arms will fall.

1539. மலையே விழுந்தாலுந் தலையே தாங்கவேண்டும்.
Though a mountain fall, the head must bear it.

1540. மயிருள்ள சீமாட்டி இடதுகையினாலும் வலதுகையினாலும் முடிப்பாள்.
A matron who has tresses will adjust them with both hands.

1541. மலைமேலிருப்போரைப் பன்றிபாய்வதுண்டா?
Will the wild hog fall on those seated on a mountain?

1542. மணிநாவசையாமல் இராசரிக்கஞ் செய்கிறான்.
Under his government the tongue of the bell does not move.

1543. மண்பிள்ளையானாலுந் தன்பிள்ளை.
Though made of clay he prefers his own child.

1544. மலையைத்துளைக்க வாச்சியுளிவந்தாற் போல.
Adzes and chisels were brought to pierce the mountain.

1545. மண்டையிலெழுதி மயிராலே மறைத்திருக்கிறது.
To cover with the hair what is written on the scull.

1546. மடியிற்கனமுண்டானால் வழியிற்பயமுண்டாம்.
When the waist girdle is weighty, there will be fear on the journey.

1547. மதியுமது விதியுமது.
Such is the purpose of thy mind, and such is thy fate.

1548. மழைமுகங் காணாத பயிருந் தாய்முகங்காணாதபி
ள்ளையும் வாடும்.
Verdure that sees not the rain, and a child that sees not its mother's face, will languish.

1549. மழைக்கோபடலிடிக்கோபடல்!
Is the screen for rain, or for a thunderbolt?

1550. மகாராசன் கலியாணத்திலே நீராகாரம் நெய்பட்
டபாடு.
At the royal wedding, water was as scarce as ghee.

1551. மலைவிழுங்குகிறதற்கு மண்ணாங்கட்டி பச்சடியா?

Is it necessary to obtain lumps of earth as sauce, in order to swallow mountains?

1552. மலையைமலைதாங்கும், மண்ணாங்கட்டியாதாங்கும்!

A mountain will support a mountain, but will a clod of earth support it?

1553. மலைபோலே பிராமணன் போறானும் பின்குடுமிக்கு வந்தது சாத்திரம்.

Ceremonies pertaining to the knot of hair at the death of a brahmin who was as big as a mountain.

1554. மலையேறினாலும் மச்சினனைக் கைவிடாதே.

Though you are elevated to the mountains forsake not your brother-in-law.

1555. மலடியைப் பிள்ளைப்பெறச் சொன்னாற் பெறுவாளா!

If the barren be commanded to bear, will she obey?

1556. மலைபோல வந்ததெல்லாம் பனிபோற்போய்விடும்.

That which came as a mountain will disappear as dew.

1557. மட்டக்கரியையும் மடப்பளியாரையும் நம்பப்ப டாது.

A young elephant and the caste of madapallies cannot be trusted.

1558. மலடிக்குத்தெரியுமா பிள்ளையைப்பெறும் வருத் தம்!

Do the barren know the pains of child-birth?

1559. மருத்துமாவுக்குச் சயிக்கினை, மடங்காக் குதிரைக் குச் சவுக்கடி.

A sign is enough for the swift steed, but the stubborn horse requires a whip.

1560. மலையிலே விளைந்தாலுமுரலிலேவந்து மசியவே ண்டும்.

Though produced on the mountains, it must be pounded in a mortar.

1561. மந்திரத்தால் மாங்காய் விழுமா?

Will the mangoe fruit fall before incantations?

1562. மண்வெட்டி கூதலறியுமா?

Is the hoe sensible of cold?

1563. மந்திரமில்லான் பூசையந்திபடுமளவும்.

The devotions of one who is ignorant of the sacred verses last till sunset.

1564. மங்கை தீட்டானாற் கங்கையிலே முழுகுவாள் கங்கை தீட்டானாலெங்கே முழுகுவாள்?

If a maid be defiled she may bathe in ganga, but when ganga herself is defiled, where is she to perform ablutions?

1565. மலையிலக்கானாற் குருடனுமெய்வான்.

Even the blind may shoot if a mountain be the target,

1566. மறந்து செத்தான், பிராணன்வாவென்றால் வாராது.

He died through forgetfulness; but life will not return at his bidding.

1567. மச்சத்தின் குஞ்சுக்கிப்படியென்றால் மாதாவுக்கெப்படியோ!

If it happen thus to the young fish, what may not the old ones expect?

1568. மனதறியாப்பொய்யுண்டா?

Are there any lies not known to the mind of the utterer?

1569. மண்குதிரையைநம்பி யாற்றிலிறங்கலாமா!

Would it be safe to descend into a river on a clay horse?

1570. மண்ணைத்தின்றாலும் மறையத் தின்னவேண்டும்.

Though one eat earth, it must be concealed in eating.

1571. மயிர்நுழையாதார் நட்புச் சிறிது பொருளுடையாட் கெடும்.

Though the friendship of two be so close as not to admit a hair between, it will be destroyed by money transactions between the parties.

1572. மடைக்கிழவனிலும் புத்தியுள்ளவாலிபனதிகம்.

A prudent youth is better than an old fool.

1573. மரமேறிக் கைவிட்டவன் கெட்டான், கடன்வாங்கிக் கடன்கொடுத்தவன் கெட்டான்.

He who having climbed a tree let go his hold, perished; and so did he who lent borrowed money.

1574. மழைக்காலிருட்டிலும் மந்தி கொம்பிழக்கப்பாயாது.

Even in the darkness of the rainy season, the monkey will not miss its hold of the branch in leaping.

1575. மகாமேருவைச் சேர்ந்த காகமும் பொன்னிறம்.

Even the crows of Maha-meru are gold coloured.

1576. மருந்து கால் மதி முக்கால்.

The medicine is one quarter, and prudence is three quarters.

1577. மக்கள் களவும் வரகு பதரும்.

The pilfering of children and the chaff of small grain.

1578. மரநாயிலே புழுகெடுக்கலாமா?

Can musk be obtained from the wild cat?

1579. மழைவிட்டுந் தூவானமாறவில்லை.

Though the rain has ceased, the dropping is not over.

1580. மரத்தின் பழம் மரத்தினடியிலே விழும்.

The fruit of the tree will fall at its foot.

1581. மவுனம் மலையைச் சாதிக்கும்.

Silence stands against a mountain.

1582. மரத்தாலே விழுந்தவனை மாடு குத்துகிறதுபோல,

Like an ox goading a man who has just fallen from a tree.

1583. மணற் சோற்றிலே கல்லாராய்கிறதா?

Are stones to be sought in sand rice?

1584. மலைவெட்டி யெலிப்பிடிக்கிறதா!
Do you remove mountains in order to catch rats?

1585. மனக்கவலை பலக்குறைவு.
Mental solicitude destroys vigour.

1586. மது பிந்துகலகம்.
Confusion from honey drops.

1587. மயிர்ச்சுட்டுக் கரியாகுமா?
Can one make charcoal by burning hair?

1588. மதில் மேற் பூனை.
A cat on the wall.

1589. மடிமாங்காய்போட்டுப் பிடிக்கிறது.
To arrest as a thief one into whose bosom he has put a mangoe.

1590. மனிதர் காணும்பொழுதுமவுனம்; இராப்பொழுதி லுருத்திராட்சப் பூனை.
When seen he appears silent, but in the night he is a beaded cat.

1591. மனத்திலே பகை, உதட்டிலேயுறவு.
Hate at heart, and friendship at the lip.

1592. மரந்தன்னை வெட்டுகிறவனுக்கு நிழல்கொடுக்கும்.
The tree shades the man who fells it.

1593. மலையத்தனைசுவாமிக்குத் தினையத்தனை புட்பம்.
Flowers as small as rape seed to a deity as large as a mountain.

1594. மலைத்தேன் முடவனுக்கு வருமா?
Can the lame obtain mountain honey?

1595. மலையே மண்ணுங்கட்டியாகிறபோது மண்ணுங் கட்டியெப்படியாமோ?
When mountains are lumps of earth, what will be their dimensions?

1596. மலையைப்பார்த்து நாய்குலைத்தால் நாய்க்குச்சேதமோ மலைக்குச் சேதமோ?
When a dog barks at a mountain, who is injured—the dog or the mountain?

1597. மலையளவுசாமிக்கு மலையளவுபடைக்கிறார்களா?
Is the offering to be as large as a mountain, because the idol is so large?

1598. மாமியார்வீடு மகாசவுக்கியம்.
A mother-in-law's house is very comfortable.

1599. மாமியாருடைத்தால் மண்சட்டி மருமகளுடைத்தாற் பொன்சட்டி.

The pan is earthen when broken by the mother-in-law, but golden if broken by the daughter-in-law.

1600. மாட்டின் வாழ்க்கை மூட்டையிலே.

The advantage of the ox is in its burden.

1601. மாலைசுற்றிப் பிறந்தபிள்ளைமாமனுக்காகாது.

A child born involved in the after-birth is not advantageous to the uncle.

1602. மாடுழக்கிவர வீடுநக்கிவரும்.

If the ox be overworked, the household will suffer loss.

1603. மாத்திரை தப்ப மிதித்தாற் கோத்திரங் கூறப்படும்.

If one keeps not time in his steps, his family will be evil spoken of.

1604. மாமியார்செத்த ஆறுமாதம் மருமகள்கண்ணிற் றண்ணீர் வந்தது.

Tears appeared in the eyes of the daughter-in-law six months after the death of the mother-in-law.

1605. மாப்புளிக்கிறதெல்லாமப்பத்துக்கு நலம்.
The more the flour is leavened the better the bread.

1606. மானமழியிலுயிர்காவலா?
Is life to be preserved by the loss of honor?

1607. மாரிபதின்கலநீரிற் கோடைதனிலோர் துடிநீர்வன்மை.
One draught of water in drought is preferable to ten bushels in the rainy season.

1608. மாவிலுமொட்டாமல் மாங்காயிலுமொட்டாமல்.
It neither adheres to the flour nor to the mangoe.

1609. மாவிற்குத்தக்கபணியாரம்.
The confectionary is equal to the flour.

1610. மான்றலையை மனிதன்றலையாக்குவான், மனிதன்றலையை மான்றலையாக்குவான்.
He will transform a deer's head into a man's head; and vice versa.

1611. மிகுதியாசை அதிகநட்டம்.
Immoderate desire exposes to correspondent loss.

1612. மினைக்கெட்ட அம்பட்டன் பூனையைச் சிரைத்தா
றும்.
It is said that the barber being without employment shaved the cat.

1613. மிடுக்கன் சரக்கு இருக்கவிலைப்படும்.
Whilst they retain their quality, strong drugs may be sold.

1614. மின்னாமல் முழங்காமல் இடிவிழுந்தது போல.
Like the falling of a thunderbolt when there is neither thunder nor lightning.

1615. மிதித்தாரைக்கடியாத பாம்பில்லை.
There is no snake that will not bite them who tread on it.

1616. மின்மினிப்பூச்சிவெளிச்சத்துக்கிருட்போமோ?
Will the darkness subside in the light of a firefly?

1617. மீன்குஞ்சுக்கு நீச்சுப்பழக்க வேண்டுமோ?
Is it necessary to teach young fishes to swim?

1618. மீண்டுங்கீரை புளியிட்டுங்கீரை.
Herbs again, and acid with them.

1619. முருக்குப்பருத்தென்ன தூணாகப்போகிறதோ?
When the Muruku thorn becomes thick, will it be used as a pillar?

1620. முன்னங்கை நீண்டால் முழங்கைநீளும்.
When the hand is stretched out, the elbow will follow it.

1621 முதற்கோட முற்றுங்கோடும்.
If crooked at first, it will always be so.

1622. முள்ளுக்கு முனைசீவிவிடுவார்களா?
Will they point a thorn?

1623. முகமாகாதிருந்தாற் கண்ணாடியென்னசெய்யும்?
What will the mirror effect if the face be ugly?

1624. முடவன் சந்தைக்குப்போனாற்போல.
As the cripple went to the bazaar.

1625. முடக்குதிரைக்குச் சறுக்கினதுசாட்டு.
Stumbling is the excuse of a lame horse.

1626. முளைத்தது மூன்றுமயிர் அதிலிரண்டுமயிர் புழுவெட்டி.
Only three hairs sprung up, of which two are eaten by worms.

1627. முழித்தவன்கன்று நாகுகன்று மூடினவன்கன்று கடாக்கன்று.

The calf of him who watched is a female, but that of him who slept is a male.

1628. முட்டரோடாடிய நட்புக்கடுவழியிற் கட்டையூடாடியகால்.

Friendship with the vicious is like a foot wounded on the stump of a tree in a bad road.

1629. முன்னளந்தநாழி பின்னுமளக்கும்.

The measure which has been used may be used again.

1630. முதுகிலேபுண்ணுண்டானாற் காடுநுழையப்பயம்.

He who has a sore on his back will fear to thread the jungle.

1631. முக்காலுங்காகம் முழுகிக்குளித்தாலும் வெள்ளைக்கொக்காகுமோ?

Though he wash three times a day, will the crow become a white crane?

---

632. முலைகொடுத்தவள்மூதேவி முத்தங்கொடுத்தவள்சீதேவி.

She who gave the breast is the goddess of poverty, but she who gave the kiss is the goddess of wealth.

1633. முலைக்குத்தையறியுமோ சவலைப்பிள்ளை?
Does the suckling know the pangs of the mother's breast?

1634. முன்னேவந்தசெவியைப் பின்னேவந்தகொம்பு மறைக்கிறது.
The ears that first appeared are covered by the new horns.

1635. முழுப்பூசணிக்காயைச் சோற்றிலேபுதைக்கிறது.
To bury the whole pumpkin under the rice.

1636. முன்னேரங்கப்பற்காரன் பின்னேரம்பிச்சைக்காரன்.
In the morning a ship owner, and in the evening a beggar.

1637. முயலையுமெழுப்பிவிட்டு நாயையுமுச்சுக்காட்டுகிறது.
To set dogs on a hare one has started.

1638. முதலேதுர்ப்பலமதிலேகர்ப்பணி.
Already weak and also pregnant.

1639. முடவன் கொப்புத்தேனுக்காசைப்பட்டாற் கிடைக்குமா?
Will the lame man obtain the tree honey he longs for?

1640. முயற்சியுடையாரிகழ்ச்சி அடையார்.
The diligent will not be disgraced.

1641. முதலைதன்னிடத்து மலையோத்தயானையையும் இழுத்துச்செல்லும்.
The alligator in her own element will drag after her an elephant as large as a mountain.

1642. முள்ளிலே புடைவைபோட்டால் மெள்ள எடுக்க வேண்டும்.
When one's cloth is put on thorns, it must be taken off gently.

1643. முள்ளாலே முள்ளையெடுக்கவேண்டும்.
A thorn must be extracted by a thorn.

1644. முன்னேபோனாற் கடிக்கின்றது; பின்னேபோனா லுதைக்கின்றது.
Biting, if one precedes, and kicking if one follows.

1645. முதலுக்குமோசமாயிருக்கின்றது இலாபந்தாவேன்கிறன்.
The principal being lost, he asks for profit.

1646. முதலெழுத்திலே வெள்ளெழுத்து.
The eye is dim at the first letter.

1647. முருங்கைக்காயென்றாற் பத்தியமுறியுமா?
Will the diet be affected by pronouncing the word *murrungakay*?

1648. முரட்டுப்பெண்ணுஞ் சுருட்டுப்பாயும்.
An obstinate woman and a mat that recoils on being spread.

1649. மூத்ததுமோழை இளையதுகாளை.
The senior is a fool, and the junior an ox.

1650. மூக்கைப்பிடித்தால் வாயாவென்னத்தெரியாது.
When his nose is seized, he is at a loss how to breathe.

1651. மூர்க்கனும்முதலையுங் கொண்டதுவிடா.
The idiot and the alligator will not relinquish their hold.

1652. மூக்குமயிர்பிடுங்கினால் ஆட்பாரங்குறையுமா?
Will the weight of the person be lessened by plucking the hairs of the nose?

1653. மூலிகையறிந்தால் மூன்றுலகுமாளலாம்.
A thorough herbalist may govern the three worlds.

1654. மூன்றேமுக்கால் நாழிகையிலே முத்துமழைபெய்
தது; வாரியெடுக்கமுன்னே மண்மழைபெய்தது.

It rained pearls for three hours and three quarters, but before they were gathered it rained sand.

1655. மூடினமுத்து மூன்றுலோகம்பெறும் மூடாதமுத்துமு
க்காற்காசும்பெறது.

A concealed pearl is equal in value to the three worlds, whilst an uncovered one is not worth a quarter of a cash.

1656. மெத்தப்படித்தவருக்குச் சோறுவெல்லம்.

Boiled rice is as scarce as sugar to the learned.

1657. மெல்லெனப்பாயுந் தண்ணீர் கல்லையு முருவிச்
செல்லும்.

The water that flows gently will penetrate stones.

1658. மெய்சொல்லிவாழாதான் பொய்சொல்லிவாழ்
வானோ?

Can he who prospers not by truth succeed by lies?

1659. மெத்தப்படித்தவன் சுத்தப்பயித்தியகாரன்.

The erudite is a great fool.

1660. மெழுகினவீட்டிலே நாய்மிதித்தாற்போல.
As a dog trod on the smeared floor.

1661. மெய்மூன்றம்பிறை பொய்பூரணசந்திரன்.
Truth is as the moon gibbous, falsehood like the full orb.

1662. மேய்கிற கழுதையைக் கூப்பிடுகிற கழுதைகெடுத்தது.
The ass that called the one at pasture injured him.

1663. மேய்த்தாற்கழுதைமேய்க்கிறேன்; இல்லாவிட்டாற் பரதேசம்போகிறேனென்கிறன்.
He says, I will either feed asses, or go on a pilgrimage.

1664. மொட்டைச்சிக்குத்தக்க மூக்கறையன்.
The noseless man is fit for the bald-headed woman.

1665. மொட்டைத்தலையிற் பேன்போல.
Like lice in a bald-head.

1666. மோருக்குப்போகிறவருக்கு முட்டிபிறகாலேயோ?
Is he who goes for buttermilk to conceal the pot behind him?

1667. மோந்துகோள்வதுபோற் கடிக்கிறது.
To bite as if kissing.

1668. யானைதன்தலையிலே மண்ணை வாரிக் கோட்டிக் கோள்ளுகிறதுபோல.
Like the elephant throwing sand on his own head.

1669. யானைக்கறுபதடி அநங்குள்ளனுக்கெழுபதடி.
To an elephant sixty steps, and seventy to the dwarf.

1670. யானைகறுத்தாலாயிரம் போன்பேறும், பூனைகறுத்தாலென்னபேறும்!
If a black elephant will fetch a thousand gold coins, what will the black cat be worth?

1671. யானையை ஆயிரம்போன்னுக்குவாங்கி ஒருப்பங்குசத்திற்கேமாந்து நிற்பானேன்!
Having given a thousand gold coins for an elephant, why hesitate to buy a goad?

1672. யானைமிதிக்கப் பிழைப்பார்களா!
Will they survive who have been trampled on by an elephant?

1673. யானைமுன்னே முயல்முக்கினதுபோல.
As the hare was stricken before the elephant,

1674. யானையைத்தேடக் குடத்துக்குட் கைவைத்தது போல.
As one put his hand into a pot to feel for an elephant.

1675. வடக்கத்தையானையும் வயிற்றுவலியையும் நம்ப ப்படாது.
Neither the colic nor a coast man is to be trusted.

1676. வயிற்றுப் பிள்ளையைநம்பி மாடுமேய்க்கிற பிள் ளையைப் பறிகொடுத்தாற்போல.
As one abandoned her child that tended the cows, trusting to the one in the womb.

1677. வடலிவெட்டியாள்; எருமைகட்டியாள்.
Preserve young palmiras by cutting, and buffaloes by tying.

1678. வணங்கினவிற் றீங்கைவிளைக்கும்.
The bent bow will do injury.

1679. வடையைத் தின்னச்சொன்னார்களா, துளையை யெண்ணச்சொன்னார்களா?
Did they tell you to eat the cakes, or to count the holes in them?

1680. வரவரமாமியார் கழுதைபோல.
An aunt who gradually becomes like an ass.

1681. வருந்தினால் வாராததொன்றில்லை.
There is nothing that may not be obtained by labour.

1682. வடுகுகொழுத்தால் வறையோட்டுக்குங்கூடாது.
If the Vadugo becomes fat, he is not worth a broken chatty.

1683. வளருங்காயைப் பிஞ்சிலேதெரியும்.
The future fruit may be known as soon as it sets.

1684. வண்ணானுக்கு வண்ணாத்திமேலாசை; வண்ணாத்திக்குக் கழுதைமேலாசை.
The washerman loves his wife, and she likes the ass.

1685. வளர்த்தநாய் முகத்தைப்பார்க்கிறதுபோல.
As the dog looks at the face of his owner.

1686. வவ்வாலனார்தின்றகனி வாயாலேவாயாலே.
The fruit that was eaten by the bat comes out of its mouth.

1687. வல்விலைக்கூறையும் மெல்விலைக்காளையும்.
High-priced cloth and a low-priced bullock.

1688. வண்டேறாத மலரில்லை.
There is no flower that insects will not visit.

1689. வலியவன்வெட்டினதே வாய்க்கால்.
The channel made by one in power is the one.

1690. வலிமைக்கு வழக்கில்லை.
There are no pleadings against the constituted authorities.

1691. வயசுக்கோநரைத்தது, மயிருக்கோநரைத்தது?
Is the hair grey by age or of itself?

1692. வண்ணான்பிள்ளைசெத்தால் அம்பட்டனுக்குமயிர் போயிற்று.
If the washerman's child die, it is only as the loss of a hair to the barber.

1693. வண்ணான்றுறையில் முயல்போல.
Like a hare in the vicinity of washermen.

1694. வல்லவன்பம்பரமணலிலுமாடும்.
The top of the skilful will spin even in sand.

1695. வயிற்றுக்குடலைக் கண்டாலும் வாழைநாரென்கிறீர்கள்.
Though you see intestines you say it is only the fibre of a plantain tree.

1696. வழியிற்கண்டகுதிரைக்கு வைக்கோற்புரி கடிவாளமா?
Is twisted straw sufficient for a bridle for a stray horse?

1697. வண்ணான்கையில் மாற்று.
A change of garments in the hands of the washerman.

1698. வடலிவளர்த்துக் கள்ளுக்குடிக்கிறதா?
Is it to drink toddy after having reared the palmira tree?

1699. வல்லவனுக்குப் புல்லுமாயுதம்.
A blade of grass is a weapon to the powerful.

1700. வண்ணானுக்குவந்தான் வண்ணாத்திக்குப்போனான்
To the washerman he says he is come, and to the wife, he is gone.

1701. வண்ணானுக்கும் நிருவாணிக்குமலுவலென்ன?
What has the naked to do with thewasherman?

1702. வயிறாரஅசனமுமரையாரப் புடைவையுமில்லை.
No food for the cravings of the belly, and no cloth for his waist.

1703. வந்தாரெல்லாஞ் சந்தையிற்குடியா?
Are all those who come to the market resident there?

1704. வழுவழுத்தவுறவில் வயிரம்பற்றியபகைநன்று.
The greatest enmity is preferable to uncertain friendship.

1705. வலியவந்தசீதேவியைக் காலாலுதைத்துத் தள்ளலாமா?
Having come of herself, is it proper to kick, and drive away the goddess of wealth?

1706. வளர்த்தகடாய் கையிலேபாய்ந்தது.
The pet goat butted the hand.

1707. வந்தசண்டையை விடுவதுமில்லை வலியச்சண்டைக்குப்போவதுமில்லை.

Neither leaving a quarrel that has taken place, nor of his own accord seeking a quarrel with others.

1708. வருவதுவந்ததென்றாற் படுவதுபடவேண்டும்.

It is necessary to endure what one has to suffer, if what was to come has transpired.

1709. வயிறுநிறைந்தாற் பானைமூடாதசாதி.

A clan that cover not their cooking utensils when the belly is full.

1710. வழியிற்கிடக்கிற கோடரியை எடுத்துக் காலின் மேற்போட்டுக்கொள்ளுவானேன்?

Why should you take the axe found lying in the road, and put it on your foot?

1711. வாய்நல்லதானாலூர் நல்லதுதான்.

If the mouth be right, the community will be good.

1712. வாய்தானிருக்கின்றது, வாய்க்கரிசிக்குவழியில்லை.

A mouth there is, but no means of obtaining rice for it.

1713. வாய்த்தவிடும்போயடுப்பு நெருப்பும்போனது.

The bran for his mouth is gone, and so is the fire of his cook hearth.

1714. வாகையிலிளம்பிஞ்சு கண்டதுண்டோ!

Has any one ever seen the unripe fruit of the Vagey tree?

1715. வாயாலேகேட்டால் வாழைக்காய்ப்பிஞ்சுங்கொ
டான்; தாய்புருஷன்வந்தால் தாற்றேடேகொண்
டுபோவான்.

When requested to give a plantain he will not give even an unripe one, but when the mother's husband comes, he carries away the bunch.

1716. வாழைப்பழத்திலூசியேறுவதுபோல.

As a needle penetrates a plantain.

1717. வாதமூதியறி; வேதமோதியறி.

Understand alchymy by blowing, and the scriptures by study.

1718. வாயில்லாவிட்டால் நாய்கொண்டுபோய்விடும்.

Had he no mouth, the dog would carry him off.

1719. வாயிலேயுறவு மனதிலேபகை.
Friendship in the mouth, and enmity at heart.

1720. வாழ்ந்தவன் வறியவனானால் வறையோட்டுக்குங் கூடான்.
When the opulent become poor, they are not worth a potsherd.

1721. வாய்திறக்கப் பொய்பிறக்கும்.
As the mouth opens lies are produced.

1722. வாய்க்காலோமெத்தை வரப்போதலைக்குயரம்.
The watercourse a bed, and its embankment a pillow.

1723. வாயிலேவாழைப்பழங் கையிலேகருணைக்கிழங்கு
Plantains in the mouth, and in the hand karany roots.

1724. வாயிருந்தால் வங்காளம்போகலாம்.
Supposing we have a mouth we may go to Bengal.

1725. வாழும்பிள்ளையை மண்விளையாட்டிலேதெரியும்.
The fortunate child may be known when he plays in the sand.

1726. வாய்க்கொழுப்புச் சீலையாலேவடிகிறது.
The fatness of the mouth oozes through cloth.

1727. வானமேயீன்றது; பூமியேதங்கினது.
The earth supported what the heavens yielded.

1728. வாய்புளித்ததோ மாங்காய்புளித்ததோ?
Is the mouth acid or the mangoes?

1729. வாதிகண்ணுக்கு மட்டமெட்டுமாற்று.
Inferior gold is estimated by the alchymist as superior.

1730. வானத்துக்குள்ளிருந்து மழைக்குப் பயப்படலாமா?
Being in the heavens shall we fear the rain?

1731. வாக்கினாற்கெட்டகழுதையைப் போக்கிலேவிடுங்கள்.
Let the ass pass on that was ruined by its words.

1732. வாய்மதத்தால் வழக்கிழந்தான்.
He lost his case through his ostentatious words.

1733. வானைப்பார்க்கவிடைஞ்சலா!

Is there any objection to our gazing at the heavens?

1734. வாதுக்காடிய தேவடியாள் வயதுசென்றாற் கழுதைமேய்ப்பாள்.

When the enchanting harlot becomes old, she will feed asses.

1735. வித்தில்லாச்சம்பிரதாயம் மேலுமில்லைக்கீழுமில்லை.

Their is no effect without a cause either above or below.

1736. விரலுவ்வளவானால் உரலெவ்வளவாகாது?

If the finger becomes so thick, what will become of mortar?

1737. விளையும்பயிர் முளையிலேதெரியும்.

At its first shooting the plant may be known.

1738. விளங்காமடையன் விறகுக்குப்போனால் விறகுகிடைத்தாலுங் கொடிக்கிடையாது.

Though the idiot obtains fire wood, yet he will not obtain rope to bind it up.

1739. விடிந்தும்பெண்ணுக்கு முட்டாக்கோ?
Is it necessary for a woman to cover herself with a veil after sun-rise?

1740. விளையாட்டுப்பிள்ளை விஷத்துக்கஞ்சாது.
Playful children fear not poison.

1741. விரல்வீங்கினால் விரலுக்குத்தக்கவீக்கம்.
When the finger swells, the swelling will be proportionate.

1742. விசுவாசப்பூனை கருவாட்டைத்தூக்கினதுபோல,
As the devout cat carried away the dried fish,

1743. விழுகிறசுவரிலே கைவைப்பானேன்?
Why put one's hand on a tottering wall?

1744. விடிந்தாற்றெரியும் மாப்பிளைகுருடும்பெண்பிளை குருடும்,
It may be known at daybreak which is blind, the bridegroom or the bride?

1745. விசுவாசக்கொக்கு நடமாடிச்செத்ததாம்,
It is said that the devout crane died dancing.

1746. விளக்குக்கேட்டால் இருட்டுக்குச் சீட்டுவிடுவாருண்டோ!
When a lamp is sought, will the chit be sent to the darkness?

1747. விளக்கொளிக்காசைகொண்ட விட்டில்போல.
As an insect admiring the brightness of the flame.

1748. விழுந்தவனையெடாமலுதைக்கலாமா!
Is it right to kick him who has fallen, instead of helping him up?

1749. விழுந்தபிள்ளையெடுக்க நேரமில்லை.
There is no time even to lift up the fallen child.

1750. விளக்கைக்கையிலேபிடித்துக்கொண்டு கிணற்றில்விழுகிறது.
To fall into the well with a lamp in the hand.

1751. விளக்குமாற்றுக்குப் பட்டுக்குஞ்சமா!
A silken tassel to the broom.

1752. விடியுமட்டுமிராமகதைகேட்டு விடிந்தபின்சீதைக்கு ராமராரென்கிறது.
To inquire at sun-rise what the relationship is between Ramer and Sita after hearing the story of Rama the whole night.

1753. விருந்தில்லாவுணவு மருந்து.
Food taken alone is medicine.

1754. விருதுகூறிவந்து செடியினுழையலாமா?
Is it right to hide among the bushes after such professions of courage?

1755. விழலுக்கிறைத்த நீர்.
Water drawn in vain.

1756. விருதுக்கோ வேட்டையாடுகிறது?
Is it to go a hunting for the sake of a name?

1757. விருந்திட்டுப் பகைதேடுகிறது.
To seek enmity by making a feast.

1758. விஷத்தைக்குடிக்கப் பாலாமா?
Will poison become milk by being drunk?

1759. வித்தையிலெளியது சூனியம்; பன்னத்திலெளியது நீற்றுப்பெட்டி.
Witchcraft is the easiest of all arts, and the common ola basket is the easiest of all plats.

1760. விழுங்கினஇரதம் வயிற்றிலிராது.
Quicksilver swallowed will not remain in the belly.

1761. விதிபோகிறவழியே மதிபோகும.

The mind will follow in the path of destiny.

1762. வியாதிக்குமருந்துண்டு விதிக்குமருந்துண்டா?

Medicine may be obtained for disease, but may it be had for destiny?

1763. வீடுஅசையாமற்றின்னும்;யானைஅசைந்துதின்னும்.

A house eats without moving; an elephant moves and eats.

1764. வீணாவுடைந்தசட்டி வெண்துண்டு என்தலையிற் பூணாரம் பூண்டபுதுமைதனைக் கண்டதில்லை.

The white piece of a broken chatty is the ornament of my head. O vain man! such a wonder was never before seen.

1765. வீட்டுக்குவீரன் காட்டுக்குக்கள்ளன்.

He is courageous at home, and a coward in the jungle.

1766. வீடுகட்டுமுன்னங் கிணறுவெட்டவேணும்.

The well must be dug before the house is built.

1767. வீரம்பேசிக்கொண்டெழுந்த சேவகன் வெட்டுங்
களங்கண்டு முதுகிடலாமா?
Can the veteran who rises to war with express-
ions of bravery retreat on beholding the field
of conflict?

1768. வீட்டைக்கட்டிக் குரங்கைக்குடிவைத்த சம்பந்தம
Like placing a monkey in the house one has
built.

1769. வெறுவாய்க்கிலைகேட்டவன் விறகுக்குப்போனு
ல் விறகுகிடைத்தாற் கொடிக்கிடையாது. கொடிக்
கிடைத்தால் விறகுகிடையாது.
If he who has no beetle for his mouth go to
seek fire wood and obtain it, he has no band
to tie it with, and if he obtain a band he
gets no wood.

1770. வெள்ளம்பள்ளத்தைநாடும் விதிபுத்தியைநாடும்
The flood flows into the hollows, and destiny
infatuates the understanding.

1771. வெங்கலக்கடையிலே யானைபுகுந்ததுபோல.
As an elephant entered a brazier's shop.

1772. வெள்ளாடுநனைகிறதென்று வேங்கைப்புலி விழ
ந்துவிழுந்தழுகிறதாம.
The tiger falls and weeps because the sheep
is getting wet.

1773. வெள்ளிவட்டிலும்வேணும் விளிம்பிலேபொன் னும்வேணும்.

A silver cup is wanted, and it must have a golden rim.

1774. வெட்கத்தாலோல்காதவள் குலஸ்திரீக்குப்போ காது.

She who suffers not from shame is not a modest woman.

1775. வெறுவாயைத் தின்றவனுக்கு வெள்ளையவல் கி டைத்ததுபோல.

As white parched rice obtained by one who had nothing to eat.

1776. வெட்கத்தாலோல்குகிறவேசி வேசிக்குப்போகா து.

The harlot who is capable of shame is not fit for one.

1777. வெட்டைவெளியிலே வையாளிவிடுகிறதா?

Is it necessary to make a road on an open plain?

1778. வெள்ளிபோட்டகாலுக்கு வெறுங்காலடிமையா?

Is the bare footed, slave to the foot adorned with silver ornaments?

1779. வெச்சனவுக்கன்றி வெண்ணெயுருகாது.
Butter does not melt without heat.

1780. வெளுத்துவிட்டாலுஞ்சரி சும்மாவிட்டாலுஞ்சரி.
It is the same thing whether they be washed or not.

1781. வெள்ளம் வருகிறதற்குமுன்னே அணைபோடவேண்டும்.
The dam must be made before the flood comes.

1782. வெறுங்கை முழமிடுமோ?
Can the hand alone measure a cubit?

1783. வெண்ணெயிருக்க நெய்தேடுகிறது.
To seek ghee whilst there is butter.

1784. வெண்ணெய்திரண்டுவரத் தாழியுடைந்தது.
The churn broke just as the butter was formed.

1785. வெந்நீரிலே வீடுவெந்துபோகாது.
The house will not be consumed by hot water.

1786. வெந்ததுபோதும் முன்றானையிலேபோடு.
It is boiled enough; put it in my cloth.

1787. வெள்ளாட்டிபெற்றபிள்ளை விடியற்காலஞ்செத்துப்போயிற்று.
The servant's child died early in the morning.

1788. வெல்லஞ்சாப்பிடுகிறவனொருவன் விரல்சூப்புகிறவனொருவன்.
One eating sugar, and another sucking his finger.

1789. வெற்றிலைக்குத்தண்ணீரும் வேசைக்குமஞ்சளும் போல.
As water to the beetle leaf, and tumerick to the harlot.

1790. வெறும்புளிதின்றாற் பற்கூசும்.
Mere acid will set the teeth on edge.

1791. வெந்தபுண் வினைசெய்யாது.
A burnt sore will do no injury.

1792. வெயிலிலேபோட்டாலுங் காயான் தண்ணீரிலே போட்டாலுநனையான்.
Though put in the sun he will not be parched, nor wet if put into the water.

1793. வேளைக்கரைக்காசாயிரம் பொன்பெறும்.
In peculiar circumstances half a cash may be equal to thousands of gold.

1794. வேண்டாப்பெண்டில் கால்படக்குற்றங்கைபடக் குற்றம்.
The touch both of the hands and feet of a woman not loved is regarded as a fault.

1795. வேலைக்கள்ளிக்குப் பிள்ளைப்பராக்கு.
The indolent woman pleads her care of her child in excuse for not working.

1796 வேப்பெண்ணெய்யுமாபத்துக்குதவும்.
Even margosa oil is of use in extremities.

1797. வேம்புங்கரும்பாச்சேவெற்றிலைப்பூநஞ்சாச்சே.
The margosa is become sugar-cane, and the beetle flower poison.

1798. வேலிபயிரழித்தால் விளைவதெப்படி?
If the fence destroy the herbs, whence the crop?

1799. வேலிக்குப்போட்டமுள்ளுக் காலுக்குத்தைத்தது.
The thorns that were placed as a fence have run into the foot.

1800. வேகிறவீட்டிலே பிடுங்குகிறதிலாபம்.
It is an advantage to abstract goods from a burning house.

1801. வேலையதிகஞ் சம்பளங்கொஞ்சம்.
Plenty of work, but little pay.

1802. வேகும்வீட்டிற்கு வெட்டுங்கிணறுதவுமா?
Is the well in process of being dug available for a burning house?

1803. வேலைசெய்தாற்கூலி வேஷம்போட்டாற்காசு.
Hire for the labourer, and a present to the mountebanks.

1804. வேசையுறவு காசும்பணமுமுண்டானால்.
The friendship of the harlot lasts till the money is done.

1805. வேப்பெண்ணெயைவிற்றகாசு கசக்குமோ?
Will the money for which the margosa oil was sold be bitter?

1806. வேம்பிற்றேனைவிட்டாற் கசப்புநீங்குமா?
Will the margosa become sweet by applying honey to it?

1807. வைக்கோற்பட்டடையிற் கட்டினநாய்.
The dog tied by the heap of straw.

1808. வைத்தாற்குடுமி சிரைத்தால்மொட்டை.
If the hair be preserved, a knot; if shaven, bald.

1809. வௌவால்வீட்டிலே வௌவால்வந்தால் நீயொருகொம்பிலே நானொருகொம்பிலே.
When the bat comes to its place, you must occupy one bough, and I the other.

அநுபந்தம்.

APPENDIX.

1810. அறிந்தநாயனென்று தும்பிடத் தகப்பன்பட்டகடனைத்தாவென்றானும்.

It is said that on being treated with deference as a superior, he demanded the payment of my father's debts.

1811. அவனவன்செய்தவினை அவனவனுக்கே.

Every man must answer for his own actions.

1812. அற்பசிநேகம் பிராணஅவஸ்தை.

Limited friendship is as the agony of death.

1813. அம்மிமிதித்து அருந்ததிபார்த்ததுபோல.

As one looked at the star Aruntathy with the foot on the mill stone.

1814. அவனின்றியோரணுவுமசையாது.

Even an atom will not move without him.

1815. அடுப்புக்கட்டிக் கழுதவேண்டுமா?
Is the hearth to be adorned?

1816. அன்றாக்கியசோறு ஆறுமாதத்திற்குவருமா?
Will the rice cooked on one day be available for six months?

1817. அரைவித்தைகொண்டம்பலமேறினால் அரைவித்தைமுழுவித்தையாம்.
When the pedant is privileged to attend the assembly of the learned, he is a finished scholar.

1818. அருமைமருமகன்றலைபோனாலும் போகட்டும்; ஆதிகாலத்துரல்போகலாகாது.
The head of my beloved son-in-law may go, but not the old paddy mortar.

1819. அடிக்குங்காற்றிலே எடுத்துத்தூற்றுகிறான்.
He winnows as the wind blows.

1820. அள்ளிக்கொடுத்தாற்சும்மா அளந்துகொடுத்தாற் கடன்.
If given without measuring it is a gift; if measured it is on credit.

1821. அக்காளிருக்கிறவரையிலே மச்சானுறவு.
So long as the elder sister lives, the relationship of brother-in-law subsists.

1822. அபசாரியென்றுயானைமேல்வரலாந் திருடியென்
றுதெருவில்வரலாகாது.

A harlot may go forth on an elephant, but a thievish woman may not be seen in the street.

1823. அங்குமிருப்பானிங்குமிருப்பானுக்கினை சோற்றுக்கு
ப் பங்குமிருப்பான்.

He will be there and here, and at the mess of rice too.

1824. அத்தைக்கு மீசைமுளைத்தாற் சித்தப்பாவென்ற
ழைக்கலாம்.

Should my aunt get mustaches she may be called uncle.

1825. அக்காள்பகையும் மச்சானுறவுமா?

Is it the enmity of my elder sister and the friendship of my brother-in-law?

1826. அடுப்பெரிந்தாற் பொரிப்பொரியும்.

If the fire burn the paddy may be parched.

1827. அம்மையாளரைக்காசு தலைசிரைக்கிறது முக்காற்
காசு.

Three quarters of a cash for shaving the head of a matron worth half a cash.

1828. அளக்கிறநாழி அகவிலையறியுமா?
Does the measure know the price of the corn?

1829. அம்மிமிடுக்கோ அரைப்பவள்மிடுக்கோ?
Is the strength in the grinding stone or in the grinder?

1830. அடங்காப் பெண்சாதியினாலே அத்தைக்கும்நமக்கும்பொல்லாப்பு.
Through my disobedient wife I and my aunt are at enmity.

1831. அழுகிறபிள்ளைக்கு வாழைப்பழங்காட்டியதுபோல.
Like showing a plantain to a crying child.

1832. அத்திப்பூவை ஆரறிவார்கள்?
Who knows the flower of the ficus racemosa?

1833. அச்சில்லாத் தேரோடாது.
Without axle the chariot will not move.

1834. அஞ்சினவனைப் பேயடிக்கும்.
Demons will assault the timorous.

1835. அணில்கொம்பிலே ஆமைகிணற்றிலே.
The squirrel is on the bough, and the tortoise in the well.

1836. ஆயிரநட்சத்திரங் கூடினாலும் ஒருசந்திரனாகிறதில்லை.
A host of stars are not equal to one moon.

1837. ஆண்டிவேஷங்கொண்டுமேலைச்சல்விடவில்லை.
Though he has assumed the garb of a mendicant, he is not freed from mental solicitude.

1838. ஆவேறுநிறமானாலும் பால்வேறுநிறமாமோ?
Though cows are of different colors, will milk be so?

1839. ஆயிரம்பாம்பினுள் ஒருதேரை அகப்பட்டாற்போல.
As a frog was entangled among a thousand snakes.

1840. ஆற்றைக்கடந்தல்லோ அக்கரையேறவேண்டும்.
We reach the opposite shore by first crossing the river. Do we not?

1841. ஆற்றிற்போட்டாலும் அளந்துபோடவேண்டும்.
Though you cast it into the river, first measure it.

1842. ஆந்தை சிறிதாயிருந்தாலுஞ் சத்தம்பெரிதாயிருக்கின்றது.
Though the owl is small its cry is loud.

1843. ஆமைதிடலிலேறினாற்போல.
As the tortoise ascended the mound.

1844. ஆற்றைக்கடத்திவிட்டால் ஆகாசமேறக்குளிகைதருவேன்.
Ferry me over the river, and I will give you a medicament by which you may ascend the heavens.

1845. ஆற்றுக்குப்போனதுமில்லைச் செருப்புக்கழற்றினதுமில்லை.
He has not been to the river nor has he taken off his shoes.

1846. ஆறிலுஞ்சாவு நூறிலுஞ்சாவு.
Death happens to him of six, and to him of a hundred years.

1847. ஆடுகொடுக்காதவிடையன் ஆவைக்கொடுப்பானா!
Will the herdsman give a cow who refused a sheep?

1848. ஆமணக்குமுத்து ஆணிமுத்தாகுமா!
Will the castor seed be a precious pearl?

1849. ஆமணக்கைவிதைத்தால் ஆச்சாமுளைக்குமா?
If you sow a castor-oil seed, will an ebony tree be produced?

1850. இழவுக்குவந்தவள் தாலி அறுப்பாளா?
Will she who came to the funeral cast away her marriage thaly?

1851. இலங்கையைச்சுட்ட குரங்கு.
The monkey that burnt Lanka.

1852. இருவராலேஆகாதகாரியம் ஒருவராலேயாகுமா?
Can that be effected by one which two could not accomplish?

1853. இரப்பானுக்கு வெறுஞ்சோறுபஞ்சமா?
Is it difficult for the beggar to procure simple rice?

1854. இரண்டுவீட்டிலுங் கலியாணம் இடையிலேசெத்தது நாய்க்குட்டி.
A whelp dies between two houses, in both of which there is a marriage festival.

1855. இராசன்மகளானாலுந் தன்நாயகனுக்குப்பெண்டு.
Though a king's daughter she is the wife of her husband.

1856. இராசநீதமுண்டானால் தெய்வநீதமுண்டாம்.
When there is royal justice, there will be divine justice.

1857. இரவற்சீலையைநம்பித் தன்கந்தையை அடுப்பிற் போட்டதுபோல.
As one put his tattered cloth in the fire; depending on a borrowed one.

1858, இன்றைக்குச்செத்தால் நாளைக்கிரண்டுநாள்.
If one die to-day, to-morrow will be the second day.

1859. உதைப்பானுக்குவெளுப்பான் சாதிவண்ணான்.
A good washerman will wash for one who kicks him.

1860. உழுதவன்கணக்குப்பார்த்தால் உழக்குமிஞ்சாது.
When the farmer takes stock he finds no surplus.

1861. உருப்படத் திருப்படும்.
Rehearsal secures divine concurrence.

1862. உண்மைசொல்லிக் கெட்டவர்களில்லை.
No one was ever ruined by speaking the truth.

1863. உருவியவாளுறையிலிடாத் வீரன்.
A veteran who never sheaths his sword.

1864. உலகத்துக்கு ஞானம்பேய் ஞானத்துக்குலகம்பேய்.
The world is a demon to religious abstraction, and so religious abstraction is a demon to the world.

1865. உப்பைக்கடித்துக்கொண்டுரலை விழுங்கினாற்போல.
As one swallowed the paddy mortar with salt.

1866. உள்ளங்கைக்குள்ளே வைகுண்டங்காட்டுவான்.
He will exhibit Vaicundam in the palm of the hand.

1867. ஊராரைப் பகைத்து உயிரோடிருந்தவரில்லை.
He who hates the whole community cannot subsist.

1868. ஊசிக்கூசியெதிருசிபாயுமா!
Will one needle penetrate another needle entering at the point?

1869. ஊருக்காகாதபிள்ளை தாய்க்காகாது.
The child that is unfit for his mother is unsuited for the country.

1870. ஊர்வாய்மூட உலைமூடியுண்டா?

Is there a lid to cover the approach to the country?

1871. ஊசிமுனையிலிருந்து தவஞ்செய்தாலும் உபதேசி
க்குமோட்சமில்லை.

Though he perform penance on the point of a needle, the religious teacher will not obtain heaven.

1872. நெடுந்தச்சும் குறுங்கொல்லும்.

Length to the carpenter and shortness to the smith.

1873. பலஉமிதின்றால் ஒருஅவிழ்தட்டும்.

If many husks be eaten perchance a grain may turn up.

முற்றிற்று.